राजा, कबुतर आणि वृद्ध

व इतर गोष्टी

ज्ञानदा नाईक

हे पुस्तक **माझं** आहे.

....

....

मेहता पब्लिशिंग हाऊस

Please contact us at **Mehta Publishing House Pvt. Ltd., Pune.**
Email : production@mehtapublishinghouse.com
Website:**www.mehtapublishinghouse.com**

RAJA, KABUTAR ANI VRUDDHA VA ITAR GOSHTI
by DNYANADA NAIK
राजा, कबुतर आणि वृद्ध व इतर गोष्टी / कुमारसाहित्य

संस्थापक : सुनील मेहता
प्रकाशक : मेहता पब्लिशिंग हाऊस. प्रा लि.,
१९४१, सदाशिव पेठ, माडीवाले कॉलनी, पुणे ३०.
✆ ०२०-२४४७६९२४
E-mail : production@mehtapublishinghouse.com
Website : www.mehtapublishinghouse.com

मुद्रक : श्री मुद्रा, पुणे - ०२

प्रथमावृत्ती : सप्टेंबर, २०२२

मुखपृष्ठ व आतील चित्रे : देविदास पेशवे

किंमत : ₹१९५

P BOOK ISBN 9789395477024

नंदी आणि ट्रॅक्टर

त्याचं नाव होतं 'नंदी.' पंचक्रोशीत त्याच्याइतका धिप्पाड, तगडा बैल नव्हता. नंदी त्याच्या वयाच्या बैलांच्या दुप्पट अंगाचा होता. भरदार शिंग, घाटदार वशिंड, टपोरे डोळे आणि प्रचंड ताकद. पाटलांच्या साऱ्या शेताची नांगरणी एकटा नंदी करायचा. पेरणीलाही तोच. शेताला पाणी द्यायला, मोट धरायला नंदीच असायचा. शेतं डोलू लागली, कापणी झाली की पोती लादलेली गाडीही तोच बाजाराला न्यायचा. शेंगदाण्याचं, करडईचं तेल काढायला घाणाही नंदीच ओढायचा. तरुण नंदी सगळ्याच कामात उत्तम होता... पण ही गोष्ट जुनी झाली होती.

"आता पूर्वीची सगळी कामं तू का करत नाहीस?" मळ्यातल्या गाढवाने विचारलं. "पाटलाला वाटतं मी म्हातारा झालो. माझ्याच्याने काम होणार नाही. भला माणूस आहे म्हणून मला इथे म्हातारपणी विश्रांती घ्यायला ठेवलंय त्याने." नंदी दुःखाने म्हणाला.

“मला तर बाई तू अजूनही सगळ्यांपेक्षा दणकट वाटतोस.” शेळी म्हणाली.

सगळ्या कोंबड्यांनी कलकलाट करत माना हलवल्या. नंदीने सगळं अंग हलवलं. बरं वाटलं त्याला ऐकून.

“खरंय गं बायांनो तुमचं म्हणणं. मलाही वाटतं की, माझ्यात अजून ताकद आहे. पण आता शेतीच्या सगळ्या कामासाठी यंत्रं आली. बैलांचा वापर कुणी करत नाही.”

नंदीला आता खूप वेळ असायचा. आपल्या तरुणपणच्या ताकदीच्या कथा तो मळ्यातल्या सगळ्या प्राण्यांना ऐकवायचा. काही वेळा त्याच गोष्टी तो पुनःपुन्हा सांगायचा पण कुणी मनावर घ्यायचं नाही. ‘वयामुळे व्हायचंच असं’ बकरी म्हणायची. सगळ्यांना दणकट नंदीबद्दल फार आदर आणि प्रेम होतं. तळ्यातली बदकं, मांजर, राखणीचा कुत्रा सगळे त्याच्या शक्तीच्या कथा आवडीने ऐकायचे.

नंदी म्हणायचा, ‘‘आता ट्रॅक्टर माझी कामं करतो. पण त्यात त्याची काय चूक. त्याला पाटलांनी त्याच कामासाठी आणलंय.’’

कुत्रा म्हणाला, ‘‘ट्रॅक्टर तुझ्यापेक्षा सगळी कामं चांगली करतो का?’’

‘‘मुळीच नाही.’’ नंदी म्हणाला.

एके दिवशी पाटील नंदीकडे आला. ‘‘गड्या, ट्रॅक्टर बंद पडलाय. कामाचा खोळंबा झालाय. शेत नांगरशील? नंदीने मान हलवली. पण पाटलाला प्रश्न पडला. नंदी कसा नांगरणार? ट्रॅक्टरचा नांगर वेगळा आहे. तो ट्रॅक्टरला जोडलाय. नंदीला तो कसा जोडायचा?’’ नंदीने डोक्याने पाटलाला ट्रॅक्टरच्या दिशेने अलगद ढकलत नेलं. पाटील उमजला. ‘अरे, तू ट्रॅक्टरसकट ओढणार नांगर’ म्हणत नंदीला

टॅक्टरला जुंपलं. मालक ट्रॅक्टरवर बसला आणि हा हा म्हणता नंदीने शेत नांगरलं. तेही जास्त वेगाने.

जीवनात स्वतःची कुवत, ताकद दाखविण्याची संधी आपोआप समोर येते.

संकल्प : मी अपयशाने दुःखी न होता संधीची वाट पाहीन.

कोटाच्या गोष्टी

छोट्याशा खेड्यात तो एकच शिंपी होता. सगळे त्याचे कौतुक करायचे. पाटलाचा शर्ट असो. चिंगीचा फ्रॉक किंवा छोट्या बाळाची झबली. शिवण्यासाठी सगळ्यांना वसंताच लागायचा. वसंताची एक चांगली गोष्ट म्हणजे ज्याला जेव्हा पाहिजे त्या दिवशी तो त्याचे कपडे शिवून द्यायचा. त्यासाठी रात्री जागावे लागले, पहाटे उठावे लागले तरी त्याला पर्वा नसायची. हळूहळू आसपासच्या गावातले लोक वसंताकडेच कपडे शिवायला आणून द्यायला लागले. त्याच्या शिलाईकामावर खूश होऊन शेजारच्या गावातले इंजिनीअर साहेब त्याला म्हणाले, ''फार चांगला कारागीर

आहेस तू. मला दिल्लीला जायचंय. उत्तम शिवलास माझा सूट. त्याबद्दल हे कोटाचं कापड तुला बक्षीस घे.''

कापड फार उबदार आणि सुरेख होते. वसंताला फार आनंद झाला. लोकरीचे इतके मऊ. छान रंगाचे उंची कापड त्याच्या वाट्याला आयुष्यात पहिल्यांदाच आले होते. त्याने कोट शिवला. मोठ्या अभिमानाने वसंता कायम तो मऊसूत कापडाचा कोट घालायचा. त्याच्यावर निळी झाक होती. किंचित झळाळी होती. कोट घातला की वसंताला आपण मोठी असामी झाल्याचा आनंद मिळायचा. बरीच वर्षे वापरून कोट विरला. वसंताला फारच दुःख झाले. काय बरे करावे याचे. त्याला कल्पना सुचली. कोटाचे दोन्ही हात काढून त्याने जाकीट केले. तो ते जाकीट सतत घालून ऐटीत वावरू लागला. खूपदा घातल्यावर जाकीटही फाटू लागले. इतके सुंदर कापड टाकावे

कसे? वसंताचा जीव होईना ते टाकून द्यायला. वसंताने त्या कापडातून पिशवी शिवली आणि तो ती कायम जवळ बाळगू लागला. पिशवीचा कितीतरी उपयोग व्हायचा त्याला. दोरे, सुया, बटणे खरेदी करून आणण्यासाठी, गिऱ्हाइकाचे कपडे नेऊन देण्यासाठी, एरवी वाण्याकडचे सामान, भाजी आणण्यासाठीसुद्धा तो तीच पिशवी वापरे. हळूहळू पिशवी फाटू लागली. वसंताला ती टाकून द्यायची इच्छा होईना.

वसंताने आपल्या छोटुकल्या नातवासाठी त्याची बंडी शिवली. नातवाला आनंद झाला. वसंताही खूश झाला.

आपल्याला आवडणारी, हवीशी वाटणारी गोष्ट कुठल्या ना कुठल्या स्वरूपात जवळ ठेवता येते. त्यासाठी हवी असते कल्पक वृत्ती आणि कल्पकता. ती प्रत्येकाकडे असते फक्त आपण तिचा वापर करण्याचे विसरून जातो. तुमच्यामध्ये कल्पकतेची ऊर्मी नक्कीच आहे. पाहा जाणवते का?

संकल्प : मी एखादी वस्तू तयार करेन.

पाऊस झाला खोटा

शैलेश, प्रणव आणि अनुजा गंभीर झाले होते.

"आज गुरुवार, आठवड्याचा बाजार; आजी आपल्याला पुन्हा मागच्या गुरुवारसारखं बाजारात पाठवणार." शैलेश म्हणाला.

"हो ना रे, माझ्याही तेच मनात आलं. वैताग येतो रे इतक्या दूर जाऊन लसूण आणि बिस्किटं वगैरे घेत बसायचा." प्रणवने री ओढली.

"शीऽऽबाई, सुटी घालवायला गावी आलोय तर आजी खेळूच देत नाही मुळी." अनुजा फुरंगटून म्हणाली.

"एऽऽ, एक आयडिया आहे. आजी काल म्हणाली, पाऊस नसला तर बाजारात जा. आज पाऊस पडला तर? म्हणजे पाडला तर?"

"अहँहँ, तू काय ढग आहेस का पाऊस पाडायला." अनुजाने वेडावले.

प्रणव मात्र वरती थांबला नाही. पटापटा उतरून तो खाली गेला. मागच्या

अडगळीच्या खोलीतल्या पत्र्याच्या झाऱ्या घेऊन वरती आला. शैलेश, अनुजा तो काय करतोय ते गोंधळून पाहत होते. न्हाणीघरातून दोन्ही झाऱ्या पाण्याने भरून आणून तो म्हणाला, "या खोलीच्या खालतीच स्वयंपाकघर आहे. आपण झारीने पाणी स्वयंपाकघराच्या खिडकीवर ओतू, आजीला काय वाटेल बरं?"

"आजी म्हणेल, पाऊस पडतोय." शैलेश आणि अनुजा एकदमच ओरडले.

प्लॅन ठरला. एकाने झारीतून पाणी खालच्या खिडकीवर पडेल अशा बेताने ओतायचे. तोपर्यंत दुसऱ्याने दुसरी झारी भरून तयार ठेवायची. तिसऱ्याने खाली जाऊन स्वयंपाकघरात काम करणाऱ्या आजीला, 'बाजारात जाऊ का?' विचारायचे.

अनुजा म्हणाली, "आजी स्वयंपाकघराची खिडकी कधीच उघडत नाही. तिला बाहेरचं काही कळणार नाही. काचेवरून पाणी ओघळताना तेवढं दिसेल. अगदी टॉप

आयडिया झाली ही.''

झालं. झारीतला पाऊस सुरू झाला. अनुजाने आजीला जाऊन विचारले, ''बाजारातून आणायच्या सामानाची यादी करू का?''

आजीचे लक्ष खिडकीच्या काचेकडे गेले. ''सकाळी कसं स्वच्छ होतं आभाळ. एवढ्यात आला की गं पाऊस.'' आजी म्हणाली. वरून शैलेश, प्रणव वेगाने झाऱ्या रिकाम्या करत होते. इकडम् तिकडम् करून अनुजाने विचारले, ''करू ना यादी?''

''नको गं पोरी, भिजलात तर आजारी पडाल. आलात तसे धडपणे आईबाबांकडे परत

जा. जा, वर जाऊन खेळत बसा. तोवर थालीपीठ लावते.'' आजी प्रेमाने म्हणाली आणि हसू दाबत अनुजा वर पळाली.

अधूनमधून झारी पालथी होत राहिली. अर्धा तास गेला. जाधवकाका हाका मारत आले, ''पोरांनो, सर्कशीची तिकिटं काढली आहेत.

चला रे ऽऽ!''

आजी म्हणाली, ''अहो एवढा पाऊस असताना नका नेऊ पोरांना. पुन्हा कधीतरी

न्या.'' जाधवकाकांच्या हाका ऐकून सर्कशीला जाण्यासाठी उड्या मारत जिना उतरणारे शैलेश, प्रणव आणि अनुजा जागीच थबकले. ''अरेरे! आता कसली सर्कस आणि कसलं काय!''

तुम्ही जेव्हा दुसऱ्याला फसविता तेव्हा स्वतःला फसविता. स्वतःचे नुकसान करता.

संकल्प : आज मी प्रत्येकाशी प्रामाणिकपणे वागण्याचा प्रयत्न करेन.

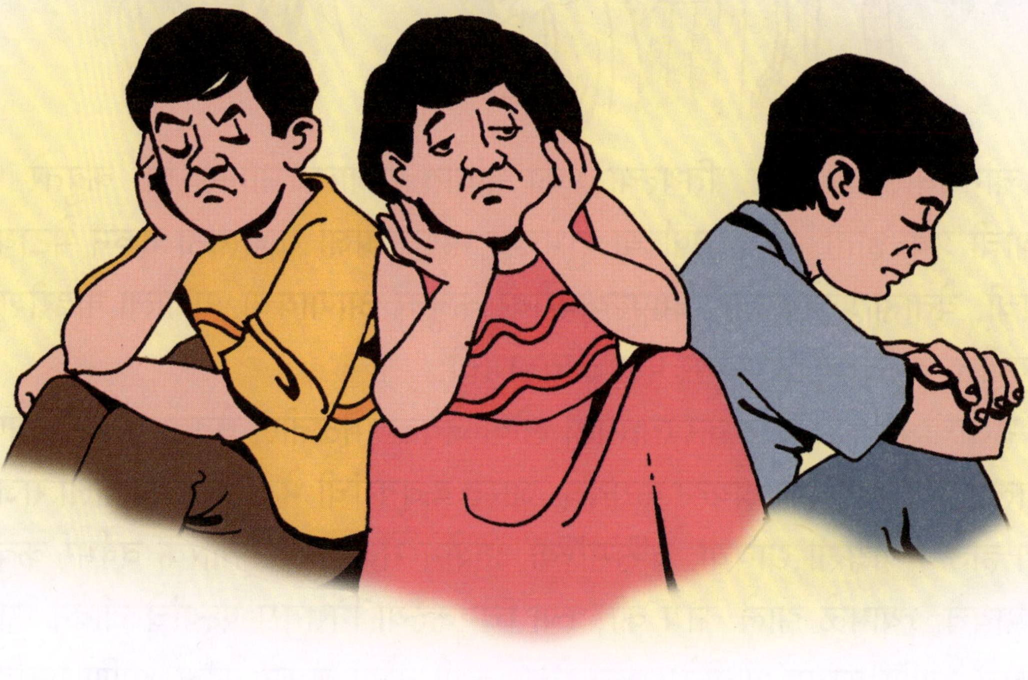

राजा, कबुतर आणि वृद्ध

चीनमधील ही गोष्ट. तिथल्या एका प्रांतात राजाला नागरिकांनी कबुतरे भेट देण्याची प्रथा होती. नव्या वर्षाच्या शुभेच्छा म्हणून प्रजा राजासाठी दुरून भेटायला यायची. येताना प्रत्येक जण आपल्याबरोबर कबुतरे आणायचा. राजाला पांढरीशुभ्र, गुबगुबीत, गोजिरवाणी कबुतरे फार आवडायची.

राजाची मर्जी संपादन करण्यासाठी लोक जेवढी मिळतील तेवढी कबुतरे आणून राजाला खूश करण्याचा प्रयत्न करायचे. जास्त कबुतरांची भेट आणणाऱ्याला राजाही खूश होऊन बक्षिशी द्यायचा. बक्षिसांच्या आशेने राज्यातले नागरिक वर्षभर कबुतरे पकडायचे. त्यामुळे झाले काय की, त्या चिमुकल्या निरागस पक्ष्यांचे जीवन फारच दुःखाचे आणि कायम भीतीने भरून गेले. कधी कोण कुठून येईल आणि पटदिशी

आपल्याला पकडून पिंजऱ्यात ठेवेल याचा नेम नाही म्हणून ती इवली पाखरे कायम भेदरलेली असायची. त्यांची छोटुली हृदये कायम भीतीने धडधडत राहायची. त्यांच्या मण्यांसारख्या डोळ्यांत भय साचून राहू लागले. सदैव घाबरलेले, भेदरलेले आणि दचकणारे ते पक्षी फारच केविलवाणे आणि दयनीय दिसायला लागले. त्या प्रांतातल्या वनात पशुपक्ष्यांवर, वृक्षवेलींवर, नदीनाल्यांवर, निर्झरांवर, कडेकपारींवर, डोंगर दऱ्यांवर खूप प्रेम करणारा आणि सदैव त्यांच्या संगतीत राहणारा वृद्ध होता. साऱ्यांची तो काळजी घ्यायचा. कबुतरांची केविलवाणी अवस्था, त्यांचे दुःख, त्यांचे भयपूर्ण जीवन त्याला अस्वस्थ करू लागले. त्याने निश्चय केला की, आणखी वाट पाहणे नको. सरळ जाऊन सम्राटांची भेट घ्यावी. वृद्ध राजगृही गेला. राजाची त्याने भेट घेतली.

त्याला प्रणाम करून नम्रपणाने आणि शांत आवाजात वृद्ध राजाला म्हणाला,

“महाराज, आपल्याला कबुतरं भेट देण्याची राज्यात प्रथा आहे. या प्रथेचं कारण मी आपल्याला विचारू इच्छितो. आपण कृपावंत होऊन मला त्याविषयी सांगाल का?”

“माझा दयाळूपणा दाखवण्यासाठी मी प्रत्येक वर्षाच्या पहिल्या दिवशी कबुतरं आकाशात मुक्त सोडतो. भव्य आकाशात मुक्तपणे संचार करणारी ती कबुतरं माझ्या उदार मनाचे गुणगान करतच उडत असतील.” राजा म्हणाला.

“क्षमा असावी महाराज,” वृद्ध म्हणाला, “आपल्याला आकाशात सोडण्यासाठी कबुतरं हवीत म्हणून जनता जास्तीत जास्त कबुतरं मिळवण्याचा प्रयत्न करते. पकडताना आणि पकडल्यावर अनेक कबुतरं मृत्युमुखी पडतात. पकडले जाण्याच्या

धास्तीने ती कायम घाबरलेली असतात. आपल्याला खरोखर दया दाखवायची असेल तर कबुतरं पकडायला आपण राज्यात बंदी करावी. कबुतरांनी मुक्तपणे संचार करावा, असं आपल्याला मनापासून वाटत असेल तर त्यांना पकडले जाण्याचं दुःख देऊ नका.''

राजाने वृद्धाच्या विनंतीला आनंदाने मान्यता दिली आणि राज्यातली कबुतरे भयमुक्त झाली.

आपल्या आनंदासाठी आपण दुसऱ्याला दुःख देत नाही ना हा विचार प्रथम करणे आवश्यक आहे.

संकल्प : मी इतरांना दुःख होईल असे वागणार नाही.

बागेची काळजी

श्यामली आणि शिल्पा शेजारी राहायच्या. श्यामली शिल्पाकडे खेळायला यायची. शिल्पा श्यामलीकडे अभ्यासाला जायची. दोघींची मैत्री होती. दोघी मिळून टीव्ही बघायच्या. पुस्तके वाचायच्या.

श्यामलीला फुलझाडांची आवड होती. तिने निशिगंधाचे कांदे लावून बागेत मोठा वाफा तयार केला होता. खतपाणी घालून सारी निगा करायची. रोपांची काळजी घ्यायची. रोपे जोमाने वाढत होती.

बाबांनी दक्षिण भारताच्या सहलीचा बेत आखला तेव्हा श्यामलीला आनंद झाला, पण दहा दिवस तिच्या झाडांची काळजी कोण घेणार? तिने बाबांना विचारले, “बाबा, माझ्या बागेचं काय करायचं?”

“अगं शिल्पाला सांग. ती घालेल की पाणी.”

श्यामलीने शिल्पाला विचारले. ती आपल्या छोट्या कुत्र्याशी खेळत म्हणाली, “हो, त्यात काय एवढं, मलाही आवडतात फुलझाडं. मी नक्की रोज घालीन पाणी त्यांना. काळजी नको करूस.” श्यामलीने फाटकाच्या कुलपाची चावी आईला विचारून शिल्पाला दिली आणि ती सहलीला गेली. जाताना ‘दक्षिण भारताची सफर’ हे शाळेच्या ग्रंथालयातील पुस्तक बरोबर घ्यायला ती विसरली नाही. प्रवासात तिच्या मनात येई, शिल्पा विसरली नसेल ना? झाडांना पाणी रोज घालत असेल ना, की तिला फोन करून विचारावे? कुत्र्याने वाफा उकरला तर नसेल? हळूहळू नव्या जागा, देवळे, बागा, इमारती, समुद्र पाहण्यात ती रंगून जायची. कधी परतते अन् शिल्पाला सारे वर्णन करून सांगते असे तिला झाले होते. दहा दिवसांनी सहलीहून परतल्यावर रिक्षातून उतरताच श्यामली बागेकडे धावली. पाहते तो सारी फुलझाडे कोमेजून गेली होती. जमिनीला भेगा पडल्या होत्या. ती कळवळली. धावत ती शिल्पाकडे गेली. शिल्पा फोनवर गप्पा मारत बसली होती.

“काय गं शिल्पा, अशी घेतलीस होय माझ्या बागेची काळजी. मारे मला ऐटीत सांगितलंस, मला पण आवडतात फुलझाडं...'' श्यामलीला संताप आवरेना. “अगं, सॉरी! मी विसरलेच गं पाणी घालायला. माझा काका आला होता अमरावतीहून. त्याच्याबरोबर भटकण्यात वेळ जायचा. शिवाय ट्युशन्स, शाळा...'' शिल्पा कारणे सांगू लागली.

“अगं, पण नक्की पाणी घालेन बागेला असं मला कबूल केलं होतंस तू. मी तुझ्यावर विश्वास ठेवला आणि तू असं वागलीस.''

“एवढं काही संतापायचं कारण नाही. इथे ऊन केवढं होतं माहितेय आणि नाही राहिलं लक्षात माझ्या. इतका काय बाऊ करतेस त्याचा.'' शिल्पाचाही आवाज चढला. नाकपुड्या फुगल्या.

स्वत: चूक करून वर बेफिकीरपणा करणाऱ्या शिल्पाचा श्यामलीला आणखीनच राग आला. ती म्हणाली, ‘‘यापुढे मी तुझ्यावर विश्वास ठेवणार नाही अन् तुझ्याशी बोलणारही नाही.’’

चूक म्हणजे काही अक्षम्य अपराध नव्हे. चुकीबद्दल तुम्हाला वाईट वाटले तर स्वत:ला माफ करा.

संकल्प : माझ्याकडून एखादी चूक झाली असेल तर ती मान्य करून त्याबद्दल मी माफी मागेन.

स्पीकरवर उंदीर नाचले

शैलेश गावातला सगळ्यात सधन शेतकरी होता. खूप मोठा जमीनजुमला. गाई, बैल, शेळ्या-मेंढ्या, कोंबड्या असा त्याचा मोठा पसारा होता. शैलेश काही दिवस फार हैराण झाला होता.

त्याचे काय झाले होते, शैलेशच्या जमिनीत उगवणारे धान्य पोत्यात भरून साठवून ठेवण्यासाठी एक भले थोरले गोदाम होते. त्यात ज्वारी, बाजरी, गहू, तांदूळ, नाचणी, तूरडाळ, हरभराडाळ यांच्या पोत्यांच्या थप्प्या लागल्या होत्या. गोदामातून धान्य इतर जिल्ह्यांत विक्रीला जायचे. अशा या प्रचंड मोठ्या गोदामातल्या धान्याच्या साठ्याची उंदरांनी पार नासाडी चालवली होती. औषधाच्या गोळ्या, फवारणी कशालाच ते दाद देत नव्हते. खूप विचार करून शैलेशने एक युक्ती शोधून

काढली. त्याने छोटे छोटे स्पीकर संपूर्ण गोदामात ठिकठिकाणी बसविले आणि त्यावर मांजराच्या आवाजाची टेप तो दिवसभरात अधूनमधून चालू ठेवू लागला. उंदरांची पळता भुई थोडी झाली. प्रत्यक्ष काळच आजूबाजूला वावरतोय म्हटल्यावर त्यांना धान्याची पोती अजिबात भुरळ पाडेनात. उलट जीव खाऊन ते धूम ठोकायचे आणि कितीतरी वेळ बिळात, वळचणीला, आडोसा पकडून हालचाल न करता, अगदी शेपूटसुद्धा न हलविता गप्प बसून मांजर दूर जाण्याची वाट पाहायचे.

महिना गेला. शैलेश फार आनंदात होता. 'उंदरांचा कायमचाच नायनाट झाला. आपली युक्ती सफल झाली. फार बरं झालं. एक कटकट कायमची संपली' या समाधानात असलेल्या शैलेशचा नोकर धापा टाकत एक दिवस त्याच्याकडे आला.

“गोदामात एकदा येऊन जा.” नोकर म्हणाला.

शैलेशने हातातले काम सोडून घाईघाईने चपला पायात सरकवल्या. तो झपाझप पावले टाकत गोदामात पोचला. समोरचे दृश्य पाहून तो चकित झाला. उंदीर पोत्यांवरून इकडून तिकडून धान्याची नासाडी करत फिरत होते आणि त्यातलेच काही पिटुकले उंदीर छोट्या स्पीकरवर चढून इकडून तिकडे नाचत होते. उंदरांनी त्यांच्यावर आलेल्या संकटातून हुशारीने मार्ग काढला होता.

‘म्याऊऽऽ म्याऊ’ची कॅसेट चालूच होती.

आयुष्यात संकटे येतातच, पण अक्कलहुशारीने, बुद्धीने त्यावर मात करता येते. संकटांना घाबरून पळून जाण्यापेक्षा त्यांना सामोरे जाणे चांगले. अडचणी आल्या म्हणून गोंधळून, हातपाय गाळण्याऐवजी विचार करून त्यातून मार्ग काढणे उत्तम. अडचण आली, संकट आले तर अनेक बाजूंनी त्याच्यावर विचार करता येतो आणि खात्री बाळगा की उत्तर प्रत्येकाला नक्की सापडते.

संकल्प : मला न सोडविता आलेल्या अडचणी, संकटांवर मी सर्व बाजूंनी पूर्ण विचार करून मार्ग शोधून काढेन.

सूर्य, चंद्र आकाशात गेले

खूप खूप वर्षांपूर्वी सूर्य आणि पाणी दोघेही पृथ्वीवर राहायचे. दोघांची दाट मैत्री होती. सूर्य अनेकदा पाण्याच्या घरी यायचा. दोघे जिवाभावाचे मित्र तासन्तास गप्पा मारत बसायचे. पाणी सूर्याच्या घरी कधी आले नव्हते. एके दिवशी सूर्य म्हणाला की, 'तू आणि तुझे कुटुंबीय माझ्या घरी या ना! तुमचा पाहुणचार करायला मला आणि माझ्या बायकोला फार आवडेल.' पाणी हसले. म्हणाले, ''माफ कर हं. खरंच मी आजपर्यंत तुझ्या घरी आलो नाही, पण मित्रा खरं सांगू, तुझं घर फार लहान आहे. मी आणि माझी माणसं जर तुझ्याकडे आलो तर तुम्हा दोघांनाही घराबाहेर पडावं लागेल.''

"अरे बाबा, मी आता चांगलं मोठं कुंपण करतोय घराला. ते एवढं मोठं आहे की तुझ्या लोकांसह तू माझ्या अंगणात नक्की मावशील." सूर्य पाण्याला पटवून देण्याचा प्रयत्न करत म्हणाला.

"कसं सांगू तुला? मी आणि माझा परिवार यायचा झालं तर तुझं कुंपण फार म्हणजे फार मोठं पाहिजे. नाहीतर तुझी मालमत्ता धोक्यात येईल."

सूर्य आणि चंद्रिका (सूर्याची पत्नी) दोघे कामाला लागले. मित्र मदतीला आले. हा हा म्हणता भव्य कुंपण उभे राहिले.

“माझ्या आवडत्या मित्रा, आता तरी तुझ्या परिवाराला घेऊन माझ्या घरी पायधूळ झाड.” सूर्य आग्रह करत म्हणाला.

अजूनही पाणी जावे का नको अशा संभ्रमातच होते, पण सूर्याची आर्जवे पाहून पाणी वाहत कुंपणात शिरले. त्याच्याबरोबर असंख्य मासे, बेडूक, खेकडे, शिंपले, शंख, पाणवनस्पती, पाणसापही आले. गुडघाभर पाणी घराभोवती झाले.

पाण्याने विचारले, “मी परतू का? अजूनही मी तुझ्या घरी यावं, असं तुला वाटतंय का?” आता नाही म्हणणे सूर्याला अवघड झाले.

तो ओरडला, “हो ऽऽ या ना! तुम्ही सारे माझ्या घरी या.” पाणी वाहत राहिले.

त्याची उंची वाढायला लागली. घर बुडू लागले, तसे सूर्य-चंद्र छपरावर चढले. तरी पाणी वाढत होते. ते दोघे घरापासच्या झाडावर चढले. तरीही पाण्याची पातळी चढत राहिली.

“बघ मित्रा अजूनही मी यावं वाटतंय, की जाऊ माघारी?” पाण्याने विचारले.

आपला शब्द मागे घ्यायला सूर्य तयार नव्हता, तो झाडावरून म्हणाला,

"या, या, तुम्ही सगळे जण या."

पाणी आणखी वाढले. मग मात्र सूर्य-चंद्रांना आकाशातच जावे लागले आणि अजून ते तिथेच आहेत.

मित्र आपल्या भल्यासाठीच सल्ला देतात. तो नाकारण्याचा अट्टाहास करू नये.

संकल्प : मित्रांचा सल्ला विचार न करताच नाकारणार नाही.

मी आपला माणूसच बरा!

रमेशचे आई-बाबा गाण्याच्या कार्यक्रमाला गेले होते. जाताना सांगून गेले, ‘कुठे बाहेर जाऊ नका.’ रमेशच्या डोक्यातून शक्कल निघाली, “प्रत्येकाने ठरवायचं आपल्याला काय व्हायला आवडेल आणि त्यावर लेख लिहायचा. कशी कल्पना आहे?”

“लिहू रे! त्यात काही अवघड नाही. पण लिहून करायचं काय त्याचं.” शिरू कुरकुरला.

“ते लिहून झालं की पाहू रे. सुरुवातीलाच कशाला वाकडं लावतोस,” मंगल फिस्कारली. “भांडू नका रे. शंकर, तू काय होणार आहेस? खरंच कुणीतरी व्हायची कल्पना मस्त आहे हं. एकदम ढासू.” अनंत म्हणाला.

“मला पक्ष्यांचा राजा गरुड व्हायचंय.” शंकर म्हणाला.

“मला भला थोरला पिंपळवृक्ष व्हायचंय,” रमेश म्हणाला.

“मला डोंगर व्हायचंय.” शिरू म्हणाला.

सगळ्यांनी उत्साहाने लिहायला सुरुवात केली.

“एऽऽ झालं हं लिहून माझं.” मंगल ओरडली. मग सगळे ओरडले,

“आमचंही झालं लिहून.”

“मी आधी वाचतो.” रमेश म्हणाला.

सगळ्यांनी गिल्ला केला.

“हो वाच वाच!”

“मला व्हायचंय पिंपळझाड. हिरवं छान. प्रचंड पिसारा असेल माझ्या फांद्यांचा. त्यावर जगतील हजारो जीव. मुळापाशी उंदीर, घुशी, सरडे बिळं करतील. सापसुरळ्यांचीही मी काळजी घेईन. बुंध्याच्या सालीत कुंभारणी घर बांधतील. मुंग्या राहतील. फांद्यांवर पक्षी घरटी बांधतील. वादळवाऱ्यापासून मी त्यांचं रक्षण करेन. माझ्या पानांवर अळ्या पोसतील. पक्षी, पिलं माझी फळं खातील.”

शंकर म्हणाला, “मी पक्षिराज. आनंदात राहीन. उंच उंच घरटी बांधीन. पिलांसाठी अचूक शिकार हेरून झडप घालीन. आभाळात घिरट्या घालेन.”

शिरू वाचू लागला, ‘‘मी प्रचंड डोंगर, ढग अडवीन. हवा तिथे पाऊस पाडीन. माझ्या अंगाखांद्यावर जंगलं वाढतील. मग घरी कशाला ओरडतील बाबा? पिळतील कान, करतील शिक्षा? उलट म्हणतील, शिरू, डोंगर केवढा! पाऊस पाडतो मोठा.’’

मंगल किणकिणली, ‘‘मी बाई नदी! साऱ्यांचं जीवन माझ्यावर अवलंबून. लोक माझी पूजा करतील. मी शेतं हिरवी करीन. रान वाढवीन. तहान भागवीन. माणसं माझ्यावर धरणं बांधतील. मी त्यांना वीज देईन. सारखी वाहत राहीन.’’

अनंत ऐटीत म्हणाला, ‘‘मी आपला माणूसच बरा.’’

सगळे म्हणाले, ‘‘हा भाव फार खातो बुवा.’’

‘‘अरे बाबांनो, हा रमेश वृक्ष झाल्यावर घर बांधायला, जळणफाट्याला कुणी कुऱ्हाड घेऊन आला तर मी त्याला अडवेन. समजावेन. शंकर उडेल गरुडराज म्हणून. कुणी पारधी पकडेल त्याला, कुणी शेतकरी कोंबड्या नेतो म्हणून मारेल किंवा काढून टाकेल त्याचे घरटे. मी समजावेन त्यांना. शिरू, डोंगर झालास तरी

झाडे तोडतील, बोडका करतील, दगडासाठी खाणी खणतील. मी सांगेन तुझे महत्त्व त्यांना. मंगलची नदी माणसं दूषित करतील. तिला अडवतील जागोजागी. मी तसे होऊ देणार नाही. म्हणून मी माणूसच राहीन.''

आई-बाबांनी जोरात टाळ्या वाजविल्या. ते दोघे घरी कधी परतले आणि ऐकत उभे राहिले होते ते कळलेच नाही कुणाला.

आपण पृथ्वीचे रक्षण करण्यासाठी काय करतो? विचार करतो? कृती करतो? ब्रशने दात घासताना नळ बंद केला तर चार लीटर पाणी वाचते. वापर नसेल त्या खोलीतले दिवे आपण बंद करू शकतो. अशा कितीतरी सहज शक्य असणाऱ्या गोष्टी आपण करू शकतो.

संकल्प : पर्यावरण रक्षणासाठी मी काहीतरी निश्चित कृती करेन.

फटाके व आंधळा भिकारी

अपंग, कुष्ठरोग्यांसाठी आनंदवन निर्माण करून त्यांना आनंदमय जीवन देणाऱ्या आणि त्यांच्यासाठी आयुष्यभर कार्य करणाऱ्या बाबा आमटेंच्या बालपणीची ही हकिकत.

मुरलीधरला फटाके उडवायला फार आवडायचे. त्यांचा झगमगाट, त्यांचे सभोवताल दणाणून टाकणारे आवाज त्याला भारून टाकायचे. दिवाळी जवळ आली होती. मुरलीधरचे फटाके उडवायचे बेत सुरू झाले. कुठले फटाके आणायचे... बाजारात यंदा नवे कुठले फटाके आले आहेत, मोठे फटाके आणि माळा कुठल्या यांची माहिती गोळा झाली. मुरलीधरचे वडील श्रीमंत असामी होते. मुलाच्या आनंदासाठी भरपूर पैसे खर्चायला ते नेहमीच तयार असायचे.

त्या वर्षी मुरलीधरने ठरविले, आपले फटाके आपणच खरेदी करू या. म्हणजे आपल्या आवडीप्रमाणे, मनाप्रमाणे फटाके घेता येतील. वडिलांकडून चांगले खिसा भरून पैसे घेऊन तो फटाक्यांच्या दुकानात खरेदीसाठी गेला. दुकाने फटाक्यांनी ठासून भरलेली होती. सगळीकडे अतिशय आकर्षक दिसणारे फटाके मांडून ठेवलेले

होते. मुरली दुकानाच्या पायऱ्या चढणार तोच त्याची नजर दुकानाच्या पायऱ्यांशेजारी बसलेल्या आंधळ्या भिकाऱ्याकडे गेली. दीनवाण्या चेहऱ्याने तो येणाऱ्या-जाणाऱ्यांकडे याचना करत होता. कितीतरी माणसे येत होती, खरेदी करून जात होती, पण कुणी त्याच्या हातावर चार पैसे ठेवत नव्हते, मुरलीधर गलबलला. त्याने पटकन खिशात हात घातला. फटाके उडविण्यापेक्षा त्याला माझ्या पैशांची गरज आहे, म्हणून त्याने फटाके खरेदी न करता सगळे पैसे आंधळ्याला देऊन टाकले.

ही करुणा, दुसऱ्याबद्दलचा कळवळा आणि मदत करण्याची इच्छा प्रत्येकात उपजत असते. काहींच्यात ती खूप विकसित होते. काही जण आयुष्यात खूप आत्मकेंद्रित होतात. इतरांकडे पाहण्यासाठी वेळ आणि दृष्टी दोन्हींचा अभाव निर्माण होतो त्यांच्यात. प्रत्येकाने ही जाणीव ठेवली तर आपल्या क्षमतेप्रमाणे थोडेफार समाजाचे ऋण प्रत्येक जण फेडू शकतो.

संकल्प : मी दुसऱ्यांशी प्रेमाने, करुणेने आणि कृतज्ञतेने नेहमी वागेन.

बुलबुलाचे गाणे

बऱ्याच वर्षांपूर्वीची गोष्ट. त्या काळात कलावंत आपली कला राजापुढे सादर करणे फार प्रतिष्ठेची गोष्ट समजायचे. राजाला आपली कला पसंत पडली. त्याने प्रशंसा केली, बक्षिशी दिली की आपल्या कलेचे चीज झाले असे त्यांना वाटायचे. अनेक गायक, नर्तक, वादक, चित्रकार, शिल्पकार... दुरून दुरून आपली कला सादर करायला राजदरबारात हजेरी लावायचे. राजालाही कलेचे कौतुक असायचे, कलेमध्ये रस असायचा. कलावंतांची पारख असायची.

दूरच्या राज्यात एक कलावंत गायक होता. तो बुलबुल पक्ष्याच्या गाण्याची अगदी हुबेहूब नक्कल करायचा. बुलबुलांचे संगीत गाण्यात त्याने इतके प्रावीण्य मिळवले होते की लोक म्हणायचे, 'हा मनुष्यवाणीदेखील विसरून गेलाय पाहा!' कलावंताची फार ख्याती पसरली होती. दूरदूरहून लोक त्याला पाहण्यासाठी आणि त्याचे गाणे ऐकण्यासाठी यायचे.

राजापुढे आपले कौशल्य दाखविण्याची त्या कलावंताची इच्छा होती. आपली कला सादर करण्यासाठी त्याने परवानगी मिळविली. राजा आपल्या कलेची प्रशंसा करेल, आपल्याला पुरस्कार देईल, अशी त्याची अगदी खात्रीच होती. आजपर्यंत आपण जेवढ्या लोकांसमोर बुलबुलाचे गाणे गायलो त्या साऱ्यांनी अगदी तोंडभरून स्तुती केली होती. वाहवा केली होती, एवढेच नव्हे तर आपल्या कलेची भरपूर

प्रसिद्धीही केली, हे पाहिल्यामुळे त्या कलावंताला आपल्या कलेबद्दल फार विश्वास प्राप्त झाला होता.

दवंडी पिटली गेली, कलावंताचे गाणे ऐकायला रसिकजन राजदरबारात गोळा झाले. आत्मविश्वासाने कलावंत राजासमोर आला. अभिवादन करून गायला सुरुवात करणार तोच राजाने त्याला थांबविले. राजा म्हणाला, ''माझ्या दरबारात कला सादर करायला तुम्ही आलात. तुमचं नेहमीच स्वागत होईल. पण बुलबुल पक्ष्यांचं गाणं मी प्रत्यक्ष बुलबुलांकडूनच ऐकलेलं आहे. राजमहालाच्या बागेत पहाटे बुलबुलाचे सुस्वर शब्द माझ्या कानावर अनेक वेळा पडतात आणि मन प्रसन्न होते. महानुभाव, बुलबुल पक्ष्यांचं गाणं त्यांनाच गाऊ द्यात. ज्या गाण्यासाठी आपला जन्म झाला आहे ते गाणं आपण गावं अशी माझी अपेक्षा आहे. आपण परत जा. स्वत:च्या गाण्याची आराधना करा. त्यात कौशल्य प्राप्त करा आणि स्वत:चं गाणं ऐकवण्यासाठी या. आपलं संगीत ऐकायला मी उत्सुक असेन.'' कलावंत हिरमुसला. पण राजाचे बोलणे त्याला मनापासून पटले.

दुसऱ्याची नक्कल करण्यासाठी आपले जीवन निश्चित नाही. उलट स्वत:मध्ये जे वैशिष्ट्य आहे ते ओळखून स्वत:सारखे होण्यासाठी जीवन आहे.

संकल्प : मी दुसऱ्याची नक्कल करणार नाही.

दुर्मीळ संग्रह

ते दोघेजण तत्त्वज्ञानाचे अभ्यासक होते. दोघेही अगदी लहानपणापासून एकमेकांचे परममित्र होते. ते एकत्र खेळले, एकत्र शिकले आणि एकत्र मोठे झाले. तरुणपणी दोघे वेगवेगळ्या प्रांतात जाऊन स्थायिक झाले, पण मैत्री संपली नाही. आपापल्या व्यापात मग्न असले, तरीही दोघे एकमेकांना दर तीन महिन्यांनी भेटायचे. तसा नेमच होता त्यांचा. भेटले नाहीत तर असह्य व्हायचे. कधी हा दुसऱ्याकडे, तर कधी दुसरा याच्याकडे जायचा. काव्यशास्त्रविनोदात दोन दिवस घालवून पुन्हा दोघे आपापल्या कामात व्यग्र व्हायचे.

एका मित्राला मूल्यवान वस्तू जमविण्याचा नाद होता. चांदीची मूर्ती, सोन्याचे रत्नजडित दागिने, भांडी, पेट्या, अत्तराच्या मूल्यवान कुप्या, हस्तिदंती पुतळे, दुर्मीळ चित्रे अशा अनेक वस्तू त्याने देशादेशांतून आयुष्यभर गोळा केल्या होत्या. त्या ठेवण्यासाठी भला मोठा भक्कम पेटारा होता. त्याला प्रचंड कुलूप होते. पेटारा ठेवायला तळघरात खास खोली होती. तिला कुलूप होते. आसपास कुणी फिरकू नये म्हणून त्याने भला मोठा दांडगा कुत्रा पाळला होता. खोलीचा पहारा करण्यासाठी खास शिपाई हत्यार घेऊन उभा असायचा.

शिरस्त्याप्रमाणे तीन महिन्यांनी मित्र भेटायला आला. मूल्यवान वस्तू जमविणारा मित्र आगतस्वागत, गप्पागोष्टी झाल्यावर म्हणाला, ''माझा संग्रह खूप वाढला आहे. बघून थक्क होशील.''

त्याने पेटारा उघडला. एक एक चीजवस्तू काढून मित्राला देऊ लागला. मित्र डोळे भरून आनंदाने त्या वस्तू पाहत होता. गर्वाने पेटाऱ्याचा मालक असलेला मित्र म्हणाला, ''माझा हा अप्रतिम, दुर्मीळ संग्रह पाहून तुला स्वतःच्या दुर्दैवाचे नक्की वाईट वाटत असेल ना? आणि माझ्या भाग्याचा हेवाही वाटत असेल तुला!''

आपली पांढरीशुभ्र रेशमासारखी दाढी कुरवाळत मित्राने त्याच्याकडे पाहिले. तो हसून म्हणाला, ''मुळीच नाही. उलट मला माझ्या भाग्याचा हेवा वाटतो आणि तुझ्या दुर्दैवाचं दुःख होतं.'' मित्र हे ऐकून चकित झाला. भेटायला आलेला मित्र म्हणाला, ''एवढ्या किमती वस्तू वर्षानुवर्षं गोळा करण्यासाठी तू केवढे कष्ट घेतलेस. किती पैसे खर्च केलेस. तुला पेटारा, कुलपं, खोली, बंदोबस्त किती यातायात करावी

लागली. माझ्याकडे पाहा. यातले काही न करता या वस्तू बघून तुला जेवढा आनंद मिळतो, तेवढाच आनंद मी मिळवू शकतो. दोघांच्या आनंदात बघ काहीसुद्धा फरक नाही, पण त्यासाठी कराव्या लागणाऱ्या कष्टात मात्र खूप फरक आहे. म्हणून म्हणतो, तुझ्या कमनशिबीपणाचं मला दुःख वाटतं.'' मित्र खजील झाला.

दिवसभरात आपण काय निवडायचे हे ठरवत असतो. आपल्या भावना आपणच निवडत असतो. आनंदी राहणे किंवा दुःखी, असमाधानी राहणे यांची निवड आपणच करतो. जे मिळत नाही त्याबद्दल तक्रार न करता जे मिळालेय त्यात समाधानी राहणे आपल्या हातात असते. जे वाट्याला आले आहे त्याचा आनंदाने स्वीकार करायचा, की त्याबद्दल सतत संताप, त्रागा करायचा, हे आपण ठरवू शकतो.

संकल्प : मी आनंदी राहणे पसंत करेन.

गणिताचा पेपर आणि देवदर्शन

शाळेत गौरव नेहमीपेक्षा लवकर आलेला पाहून सिद्धार्थला आश्चर्य वाटले. आपल्या मित्राला तो चांगला ओळखत होता. हा आज असा कसा बुवा लवकर आला, अशा विचारात सिद्धार्थ असतानाच गौरव घाईने सिद्धार्थजवळ येऊन म्हणाला, "अरे, मी राममंदिरात जाऊन आलो. आपल्या दोघांसाठी देवाची प्रार्थना करून आलो. हा घे प्रसाद." प्रसाद खातानाही सिद्धार्थला राहून राहून वाटत होते की, हा फरक कसा काय झाला याच्यात! एवढा देवावर विश्वास आणि देवदर्शनाचे वेड याला कधीच नव्हते. असो! झालाय तो बदल चांगलाच आहे, असे मनाशी म्हणत सिद्धार्थ वर्गात जाऊन दप्तरातली पुस्तके काढू लागला.

पहिला तास गणिताचा होता. शेजारी बसलेला गौरव पुस्तके आणि वह्या टेबलावर काढून वहीवर रेघोट्या मारत होता. गौरव म्हणाला, "मला गणित आधीच

काही कळत नाही. त्यातून आता हे बीजगणित, भूमिती... छ्याऽऽ कटकट आहे नुसती!''

"अरे, समजत नसेल तर तास संपल्यावर सरांना भेटून सांग. ते समजावून सांगतील तुला. वेळ नको घालवूस. परीक्षा बघ फक्त तीन आठवड्यांवर आलीय आता,'' सिद्धार्थ त्याला समजावत म्हणाला, "एकदा तुला गणितं कशी सोडवायची ते लक्षात आलं की, पुढचं काम सोपं होईल. फक्त रोज निदान पंधरा-वीस गणितं-रायडर्स सोडवायचा सराव केलास की झालं!'' सिद्धार्थच्या सल्ल्याकडे गौरवने फारसे लक्ष दिले नाही.

मधल्या सुटीत दोघे झाडाखाली पारावर ऊब खात असताना समोरून गणिताचे शिंदेसर येताना दिसले. "गौरव, ते बघ शिंदेसर. पटकन जाऊन सांग त्यांना तुझी गणिताची अडचण.'' पण गौरव काही गेला नाही. घरी दादा त्याचा अभ्यास घ्यायचा. बाबा त्याला गणित शिकवायचे. परीक्षेचे दिवस सुरू झाले. महिनाभर देवळात

जाण्याचा आणि प्रसाद सिद्धार्थलाही देण्याचा त्याचा दिनक्रम मात्र परीक्षेच्या दिवसांतही चालू होता. परीक्षा संपल्या. देवळात जाण्याचा नेम चुकत नव्हता. त्याची देवावरची श्रद्धा आणि देवदर्शनाचा ध्यास पाहून सिद्धार्थही त्याच्याबरोबर देवळात जायला लागला होता. एके दिवशी नेहमीप्रमाणे गौरव देवळात आला नाही. सिद्धार्थला वाटले, आज काहीतरी कारण झाले असेल न यायला. उद्या येईल. पण दुसऱ्या दिवशीही गौरव देवळात आला नाही. शाळेत मात्र आला. "का रे, गेला महिना-दीड महिना न चुकता देवळात येणारा तू. गेले दोन दिवस झाले का येत नाहीस?" गौरवला सिद्धार्थने विचारले. गौरव हसून म्हणाला, "अरे, परीक्षा झाली. रिझल्ट लागला. मी गणितात पासही झालो. आता देवदर्शनाला कशाला जायचं? जे काम देवाकडून करून घ्यायचं होतं ते पूर्ण झालं आहे."

देवाचे स्मरण नेहमीच ठेवावे. आपल्याला फक्त संकटाच्या वेळीच देव आठवतो आणि तेही आपले भले करण्यासाठी! ईश्वर सगळ्यांची काळजी करतो. त्याने आपल्याला एवढे सुंदर जीवन दिले त्याबद्दल कृतज्ञता म्हणून त्याचे स्मरण, पूजन, दर्शन करावे. आपल्या स्वार्थासाठी नव्हे.

संकल्प : मी देवाचे रोज स्मरण करेन.

लकी डे

स्नेहल, नितीश, तन्वी, अपेक्षा, शंतनू गप्पा मारत बसले होते. अचानक स्नेहल म्हणाली, ''आज मला खूप दिवस हवा असणारा आयपॅड बाबांनी माझ्यासाठी आणला. माझा आजचा लकी डे आहे. भलतीच खूश आहे मी.'' तन्वी विचार करायला लागली. 'माझा लकी डे कोणता?' प्रत्येकाच्या मनात त्याच वेळी हा विचार आला. शंतनू म्हणाला, ''आपला प्रत्येकाचाच असा लकी डे येतो. मी माझा सांगू का? मला मोपेड घेतली तो माझा सगळ्यात लकी डे.'' तन्वी आणि अपेक्षाच्या कुटुंबाच्या एकत्र सहली जायच्या. या वेळी सगळे मिळून सिंगापूर, हाँगकाँग, बँकॉकची सहल करणार होते. तन्वी आणि अपेक्षाच्या 'शॉपिंग लिस्ट'मध्ये रोज नव्या गोष्टींची भर पडत होती.

''काय रे नितीश, तू गप्प का? काहीच बोलत नाहीस?'' शंतनू म्हणाला.

''नाही, मी आपला ऐकतोय तुमचे लकी डे. मी काय बोलणार? मला आयपॅड, मोपेड, खरेदी या कशातच रस नाही बाबा. मी काय सांगणार?'' नितीश थोडेसे हसून म्हणाला.

‘‘ए, काय भाव खातोस रे, जो कोणता दिवस तुला लकी वाटत असेल तो सांग,’’ स्नेहल म्हणाली.

‘‘हो! प्रत्येकाला कुठली ना कुठली गोष्ट करायला अगदी प्रचंड आवड असतेच हं.’’ तन्वी थोडी चिडून म्हणाली. तिला ग्रुपमध्ये असं शिष्टासारखे कुणी वागलेले मुळीच आवडायचे नाही. ‘‘नाहीतरी हा नेहमीच इतरांपेक्षा स्वतःला वेगळा समजतो,’’ ती कुरकुरली.

‘‘अगं तसं नाही. अशी रागावू नकोस. गेल्या रविवारी मी सायकल घेऊन पक्ष्यांचे आवाज ऐकत पहाटे बाहेर पडलो. सभोवताली झाडझाडोरा, डोक्यावर निळंशार आभाळ, बरोबर पाण्याची बाटली आणि खाण्याचा डबा घेतला होता. ऊन लागू नये म्हणून डोक्यावर टोपी होती. स्केचपॅड, पेन, पेन्सिल घेतली. शिवाय दुर्बीण घेतली, पक्षी बघायला आणि त्याबरोबर डॉ. सलीम अलींचं ‘इंडियन बर्ड्स’ हे पुस्तकही घेतलं. हिरवळीतले नाना कीटक मला भेटले. सरपुडे, टोळ, गवळणी, नाकतोडे,

त्यांची मी चित्रं काढली. पुरुषोत्तम जोशींचं 'कीटक निरीक्षकांचा सोबती' हे पुस्तक माझ्या पोतडीत होतं. कितीतरी वेगवेगळे कीटक नावानिशी मला ठाऊक झाले. सायकल झाडाच्या बुंध्याला टेकवून डबा खाऊन पायी भटकलो. मी वारुळं शोधली, मधमाश्यांचे पोळे पाहिले, पिसं गोळा केली, पक्षी पाहिले, त्यांचे आवाज ऐकले. भूक लागली तसं दुपारी जेवून पाणी पिऊन झोप काढली. पुन्हा संध्याकाळ होईपर्यंत मनसोक्त भटकलो. निसर्गाचे नाना रंग डोळ्यात भरून घेतले. फुला- पानांशी, पक्ष्यांशी, वृक्षांशी, फुलपाखरांशी जडलेलं नातं जपत तिन्हीसांजेला आनंदात घरी परतलो. तो माझा 'लकी डे' होता.'' सगळेच डोळे विस्फारून ऐकताना वेगळ्या सृष्टीत गेले होते. भानावर येत ते ओरडले,

''ए, पुढच्या वेळी आम्ही तुझ्याबरोबर नक्की येणार हं.''

निसर्गातून मिळणारा निर्भेळ आनंद कुठल्याच कृत्रिम, निर्जीव गोष्टींमधून आपल्याला मिळत नाही. आपल्याला भरभरून आनंद देणारा निसर्ग उद्ध्वस्त होतो आहे, याची जाणीव आपल्याला हवी. निसर्गाचा समतोल राखण्यासाठी आपण झाडे लावू शकतो. वन्यप्राणी, पक्षी यांचे संवर्धन करू शकतो. हवा प्रदूषित होऊ नये म्हणून स्वच्छता ठेवू शकतो. पाणी शुद्ध राखू शकतो, पाण्याचा अपव्यय टाळू शकतो.

संकल्प : मी निसर्गावर प्रेम करेन.

फणसाचे फुगे

रेवतीला सगळ्याची घाई. सगळ्या गोष्टी तिला पटकन हव्या असायच्या. आई, आजी, बाबा सारे तिला म्हणायचे, अगं, जरा धीर धरत जा. इतकी घाई कसली? शाळेतून घरी यायची घाई, दूध प्यायची, खेळायला जायची, तो संपवायची, अभ्यास उरकायची... सगळ्या, सगळ्या गोष्टींची घाई. पण रेवतीच्या स्वभावात मात्र फार बदल नव्हता. तिला वाटायचे पटपट केले की कामे लवकर उरकतात. मग आपण निवांत.

एप्रिलचा मध्य आला. उन्हाळ्याची सुटी लागली. रेवती आणि आई सुटीत तिच्या मामाकडे कोकणात चिपळूणला जायला निघाल्या. मामाकडे रेवतीला फार आवडे. नारळी-पोफळीच्या बागा, आंबे, कोकम, जाम, पपनस, फणस अशी अनेक झाडांची वाडी. वाडीच्या टोकावर उभे राहिले की समुद्राची गाज ऐकायला यायची. रेवती तेथे खूश असे. कधी एकदा प्रवास संपतो आणि आपण वाड्यात पोचतो याचीच तिला घाई झाली होती. एकदाचे घर आले. खुशीतच रेवती, आजी, आजोबा,

मामा, मामी साऱ्यांना भेटली. छोट्या मिनू आणि पिंकूशी खेळायला लागली. पिंकू तिला म्हणाली, "रेवाताई, तुला मज्जा दाखवू?"

"दाखव बरं."

छोट्या मिनूला आणि तिला घेऊन पिंकू मागच्या घरात गेली. तेथे बेंड्यापलीकडच्या कोपऱ्यात एक फणसाचे झाड होते. अंगभर फुगे लटकावल्यासारखे त्याला छोटे छोटे फणस लागले होते. अगदी तळापासून ते पार वरपर्यंत. रेवती भलतीच आनंदली. आता तिला फणस हवा होता. तिने आई, आजीकडे हट्टही धरला. मामा म्हणाला, "थोडे दिवस थांब, पिकला की काढूच." पण तिला कुठला धीर? कसाबसा एक दिवस तिने दम काढला. दुसऱ्या दिवशी

हळूच ती झाडाजवळ गेली. बुंध्याजवळच्या फणसांना हळूच तिने हात लावला. काटे अजून मऊच होते आणि कवच कडक. न राहवून तिने तो तोडलाच. महादू गड्याच्या मागे लागून त्याला कापायला लावला. पण काय...? अगदी तो कच्चाच होता. ते पिवळेधमक छान गरे आत नव्हतेच मुळी. आता रेवतीला रडू आवरेना. महादू, आई, मामी सगळे जमले. आईचे ऐकले नाही म्हणून ती रागावेल असेही तिला वाटले. पण आईने रेवतीला जवळ घेतले. म्हणाली, "बघ रेवा, तुला मामा म्हणाला होता ना थांब? तू अशी घाई करतेस. आता तो फणस तुला खायलाही मिळाला नाही. तो इतका लहान आहे की त्याची भाजीही होणार नाही. तो वाया गेला. काही गोष्टींसाठी धीर धरावाच लागतो. नाहीतर नुकसान होतं. पुन्हा असं करू नको." अतिघाईचा

परिणाम आता रेवतीला कळला होता. कशाचीही घाई आपल्याला त्रासदायक ठरू शकते, हे तिला उमगले होते.

विनाकारण घाई केल्याने नुकसान होते. गणिते घाईने सोडवली तर चुका होतात. घाईत दप्तर भरले तर महत्त्वाची वही विसरते. लवकर स्वयंपाक करायला गेल्याने मीठ जास्त पडते. लवकर सुकतील म्हणून कपडे उन्हात वाळत घातले तर रंग विटतो. कुठलीही गोष्ट घाईत केली तर नेमका गोंधळ होतो. धीर धरण्याचा नेहमीच उपयोग होतो.

संकल्प : मी प्रत्येक गोष्ट योग्य वेळ घेऊन करेन.

राया, नन्नी आणि चिक्का

राया शेरडे घेऊन दिवसभर रानात जायचा. कर्नाटकातल्या कतलन-कैरी नावाच्या छोट्याशा गावात तो आपल्या म्हाताऱ्या आईबरोबर राहायचा. समोरच्या घरात असणारा नन्नी, आजूबाजूच्या गल्ल्यांतील मित्र सगळे दिवसभर कुठे ना कुठे रानावनात, ओढ्याकाठी भटकायचे. वनौषधी गोळा करायचे. कुणी गुरे राखायचे, कुणी शेरडे. रायाला रानात झाडाखाली छोटासा पक्षी दिसला. त्याने जवळ जाऊन पाहिले तर ते काकाकुवाचे पिलू होते. घरट्यातून पडून उडत, धडपडत झाडाखाली आले होते. रायाला वाईट वाटले. त्याने पिलाला उचलून घरी आणले. ''तुझं नाव चिक्का.'' राया म्हणाला. पिलू मोठे होऊ लागले. रायाचा खांदाच चिक्काचे घर होते. दोघे कायम बरोबर असायचे. साऱ्या गावात ही जोडी कौतुकाचा विषय होती. राया म्हणे, 'माझा चिक्का किती छान बोलतो बघा!' मित्र कौतुक करायचे, फक्त नन्नीच्या कपाळावर आठी उमटायची. त्याला रायाचा हेवा वाटायचा. आपल्याजवळ का नाही बोलणारा पक्षी असे वाटायचे. नन्नी रायाला चिक्कावरून घालूनपाडून बोलायचा.

एकदा म्हणाला, ''हा राया मूर्ख आहे. एवढा गुबगुबीत पक्षी शिजवून खायचा तर हा त्याच्या बोलण्याचे गोडवे गात त्याला खांद्यावर घेऊन फिरतो.'' राया चिडून नन्नीवर धावून गेला. दोघांची जुंपली. त्या भांडणानंतर राया कितीतरी वेळ धुमसत होता. त्याने मायेने चिक्काला गोंजारले. बदामाच्या झाडावरचे बदाम काढून दिले. चिक्का ते फोडून बी मटकावताना पाहताना तो हळूहळू आपला राग विसरून गेला. एके दिवशी सगळी मुले दिवसभराचे उद्योग करून घरी परतली. पण नन्नीचा पत्ता नव्हता. सारा गाव काळजीत पडला. नन्नी गेला कुठे? राया विचार करत होता. थोड्या वेळात काळोख गडद होईल. त्याला परतीची वाट दिसणार नाही. तरस किंवा लांडगा त्याला गाठेल. कल्पनेने तो शहारला. मित्रांना आणि चिक्काला तो म्हणाला, ''नन्नीला शोधायला हवं.'' जणू चिक्काला त्याचे बोलणे कळले. त्याने मोठ्याने आवाज केला.

पंख फडफडवले आणि रानाच्या दिशेने झेप घेतली. सगळी पोरेही नन्नीला हाका घालत निघाली. अचानक चिक्काच्या ओरडण्याचा आवाज आला, 'इंदु ए नू...?' (हे काय केलेस?) सगळे आवाजाच्या दिशेने धावले. अस्पष्ट आवाज आला, 'मी इथे आहे. मला वर काढा.' चिक्का सतत ओरडतच होता. एका लहान खड्ड्यात पडून नन्नीचा पाय मुरगळला होता. त्याला खड्ड्यातून वर येता येत नव्हते. बराच वेळ रडत बिचारा पडून होता. पाय सुजून भप्प झाला होता. अंग खरचटले होते. साऱ्यांनी मिळून त्याला वर आणले. थोराड अंगाच्या मतलनने त्याला पाठुंगळी घेतले. मतलन म्हणाला, "रायाचा चिक्का होता म्हणून सापडलास. नाहीतर रात्री काय झालं असतं तुझं?" खजील चेहऱ्याने नन्नी म्हणाला, "चुकलं माझं राया." राया चिक्काला कुरवाळत हसला. चिक्का रायाच्या खांद्यावरून उडून नन्नीच्या थेट डोक्यावर जाऊन

बसला आणि म्हणाला, ''इंदु ए नू...'' सगळेच हसायला लागले.

मित्र तुमच्याशी दुष्टपणे वागतो किंवा तुमचा विश्वासघात करतो तेव्हा तुम्हालाही त्याच्याशी वाईट वागावेसे वाटते. पण त्याचा उपयोग होतो का? उलट मैत्री तुटते. त्याऐवजी शांत राहा. तुमची मैत्री तुटू देऊ नका. मित्र म्हणून त्याला अडचणीत, संकटात मदत करा. त्याची चूक त्याला कळेल.

संकल्प : टोल्याला प्रतिटोला लगावण्याच्या इच्छेला मी दूर सारेन.

शेतकरी आणि सैतान

संध्याकाळ तांबडी झाली होती. महादबा शेतावरचे काम आटपून गावातल्या घराकडे निघाला होता. त्याला शेताच्या मध्यभागी विस्तवाचा ढीग जळताना दिसला. तो धावत तेथे पोचला. पाहतो तर निखाऱ्याच्या टोकावर एक काळुंद्रा दुष्ट चेहऱ्याचा आणि विस्तवासारख्या डोळ्यांचा छोटासा माणूस बसला होता. त्याच्या चेहऱ्यावर हलकट हसू होते. पक्ष्याच्या पंखासारखे कान असलेला तो फुटभर उंचीचा सैतान महादबाला दरडावून म्हणाला, "का आलास इथे?" महादबा म्हणाला, "तू असा गुप्त खजिन्यावर बसल्यासारखा का इथे बसला आहेस?" आपले टोकदार हिरवे दात दाखवून सैतान गलिच्छ हसला, "अरे, तू जन्मात पाहिलं नसशील इतकं सोनं-चांदी इथे पुरून ठेवलंय." महादबा जरा वेळ गप्प झाला. हा खरे बोलणे शक्य नाही, असे त्याला वाटले. एव्हाना महादबाची भीती कमी झाली होती. तो धीटपणे म्हणाला, "हे शेत, ही जमीन माझी आहे. त्यामुळे या जमिनीत जे काही आहे तेही माझंच आहे."

“हो! तुझं होईल हे धन. हे बघ, माझ्याकडे धन खूप आहे, पण जमिनीतून उगवणारे तुझ्या शेतातले हे धान्य माझ्याकडे नाही. तुझ्या शेतात उगवेल त्यातले निम्मे दोन वर्षं तू मला दे. मी तुला हे धन देईन.” महादबाने विचार केला, हा लबाड आहे. असे फुकाफुकी धनदौलत देणाऱ्यातला नाही. मला फक्त लालूच दाखवत असावा. याच्या लबाडीला भुलता कामा नये. तो सैतानाला म्हणाला, “तुझी मागणी मला मान्य आहे.” सैतान हिरव्या दातांनी अगदी खुशीत हसला. महादबा म्हणाला, “अर्धं वाटायचं तर जमिनीवरचं तुझं. खालती उगवेल ते माझं, अशी अर्धी वाटणी करू या.” सैतान कबूल झाला. त्या वर्षी महादबाने भुईमूग, गाजरे, बीट, बटाटे

शेतात लावले. पीक आले. जमिनीवर आलेला पाला सैतानाच्या वाट्याला आला. भुईमूग शेंगा, गाजरे, बटाटे, बीट महादबाला मिळाले. सैतान सावध झाला. तो म्हणाला, ''या वर्षी जमिनीवर येईल ते तुझं. खाली उगवेल ते सगळं माझं.''

महादबाने त्या वर्षी गहू, मका, टोमॅटो, फरसबी लावले. शेत बहरले. धान्य, फळभाजी डवरले. पुन्हा सैतानाच्या वाट्याला मुळ्याच आल्या. तो फार संतापला. थयथयाट करत एका दरडीत नाहीसा झाला. महादबाचे काहीच नुकसान झाले नाही. आलेले सैतानी संकट आले तसे नाहीसे झाले. (...ग्रीम बंधूंच्या कथेवरून)

लबाड आणि दुष्ट प्रवृत्तीच्या माणसांशी आपण त्यांच्याप्रमाणे दुष्टपणे वागू शकत नाही, कारण आपण दुष्ट नसतो. त्यांच्याशी भलेपणाने वागले तर आपले नुकसान

होते. आपल्याला त्रास होतो. अशा प्रकारच्या माणसांशी चातुर्याने वागून त्यांच्या दुष्टपणाची परतफेड करता येते.

संकल्प : समोरची व्यक्ती कशी आहे ते पाहून मी योग्य प्रकारे वागेन.

मिहीर आणि आजीचे घर

बाबांबरोबर मिहीर आजीला पोचवायला रेल्वे स्टेशनवर गेला होता. त्याचा व्हिडिओ गेम त्याने आजीला त्याची आठवण म्हणून देऊन टाकला होता. आजीला गेम कसा खेळायचा हेही शिकविले होते. गाडी दूरवर गेली तरी तो खूप वेळ टाटा करत राहिला.

घरी परतताना त्याला फार दुःख वाटायला लागले. आता कोणाच्या कुशीत झोपायचे, रोज रात्री आजीसारखी गोष्ट कोण सांगणार? अभ्यासाला कोण बसवणार? त्याला आवडणारे पदार्थ आजी करून घालायची.

एक मोठा निःश्वास टाकून मिहीर अंथरुणावर पडून राहिला. त्याला अगदी चैन पडत नव्हते. एक दिवस गेला. गावी पोचल्याचा आजीचा फोन आला आणि पुन्हा आजीच्या आठवणीने तो अस्वस्थ झाला. बाबांनी नुकत्याच आणलेल्या बुटांचा

बॉक्स कोपऱ्यात पडलेला त्याला दिसला. बॉक्सच्या समोरच्या भागाला त्याने रुपयाएवढे भोक पाडले. पाठीमागची बाजू कापून टाकली. वरच्या बाजूचा काही भाग काढून टाकला आणि तेथे रंगीत जिलेटिन पेपर सेलोटेपने चिकटविला. बॉक्समध्ये त्याने आजीचे कोल्हापुरातले घर म्हणून रंगीत कार्डबोर्ड चिकटविला. त्याला खिडक्या-दार केले. बाजूला शेळीचे घर केले. घरासमोर पाण्याचा आड रंगविला. दगडाच्या भिंती काळ्या-पांढऱ्या खडूने काढल्या. एक झाड कापून हिरवे रंगवून उभे केले आणि घराकडे जाणारा रस्ता काढला. खेळण्यातली चिमुकली पत्र्याची गाडी त्या रस्त्यावर ठेवली. मग अलगद बॉक्स उचलून पाडलेल्या भोकाला डोळा लावला. 'य्याऽऽ' त्याने आनंदाने आरोळी ठोकली. त्याला आजीचे घर दिसायला लागले. रस्त्यावरची चिमुकली गाडी तो स्वत: चालवत असल्याचे त्याला दिसले. गाडी थेट

आजीच्या घराकडे निघाली होती. आजीच्या घरी तो पोचला. सगळे शांत होते. त्याने बाहेरच्या खोलीतून आत प्रवेश केला. दोन खोल्या ओलांडल्यावर देवघर होते. आजी देवपूजा करत अभंग म्हणत होती. 'तुळशीपत्र वाहते मी तुजसी श्याम सुंदरा। हिरवागार प्रेमरंग रंगवी मना।' "थांब हं मिहीर, नैवेद्य देते. पूजा होऊ दे." ती म्हणाली. आजीची पूजा होईपर्यंत मिहीर घरभर फिरून आला. शेळीच्या पाठीवरून हात फिरविला. आजीच्या कपाटातला बेसनाचा लाडू त्याने काढून घेतला. आजीच्या मऊ गादीवर तो लोळला. तेवढ्यात धपकन पाठीमागे आवाज झाला. तो फार घाबरला. वळून न बघता आजीच्या वाळत घातलेल्या साडीमागे दडून त्याने हळूच डोकावून पाहिले तर आजीची मनीच होती ती. त्याला पाहून त्याच्याकडे आली. शेळी, मनी, तुळशीवृंदावनातली तुळस, आजीची मऊ मऊ साडी सगळे त्याच्याभोवती गोळा झाले. मिहीर फार आनंदला. सगळे म्हणाले, "आता तू गाडीत बसून परत जा. जायची वेळ झाली. टाटाऽऽ!" मिहीरला वाटले जाताना आजीला

घेऊन जाऊ या. तेवढ्यात त्याच्या खांद्याला स्पर्श जाणवला. आई म्हणत होती, 'अरे, किती वेळ झाला. काय करत बसलाहेस. चल युनिफॉर्म घाल. शाळेची वेळ झाली. एवढ्यात येतील रिक्षावालेकाका!''

तुमची स्वप्ने, कल्पना, इच्छा प्रत्यक्षात नक्कीच येऊ शकतात. त्यासाठी श्रम करण्याची कल्पकता वापरण्याची मात्र गरज असते.

संकल्प : माझ्या एखाद्या कल्पनेवर मी मेहनत घेईन.

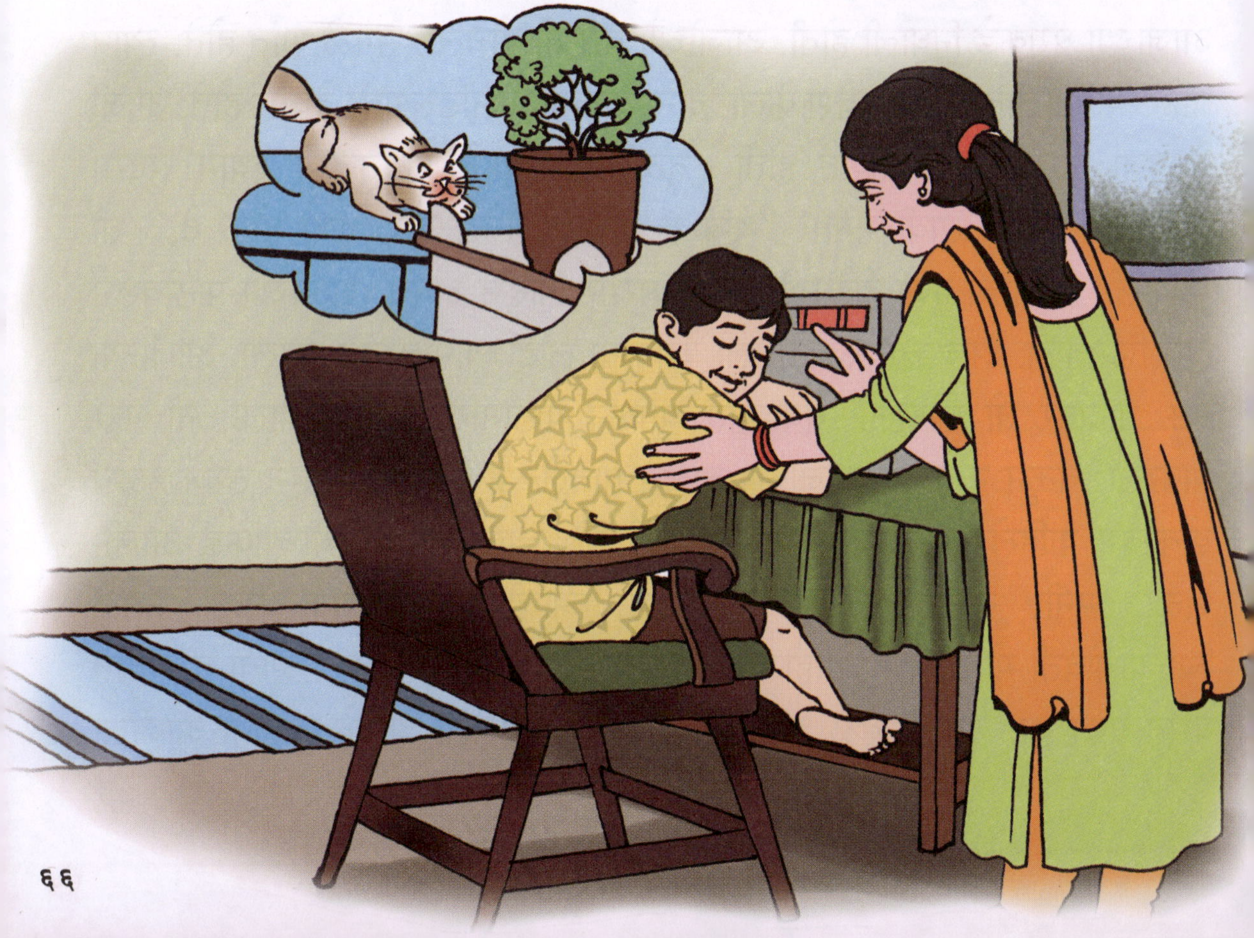

कोशातल्या अळीचे दुःख

मासे, बेडूक, सुसरी, मगरी, शिंपले, शंख यातले किडे, पाणसाप, कीटक... सारे पाण्यातले जग. चहूकडे पाणी असणाऱ्या या जगात नाना रंगांचे, नाना तऱ्हांचे जीव मजेत जगायचे. त्यातला एक छोटा जीव मात्र मुळीच मजेत जगत नव्हता. ती होती एका कोशात राहणारी, सुरकुतल्या अंगाची, बटबटीत डोळ्यांची एक अळी. बिचारी होती अगदीच कुरूप! ज्या तळ्यात ती राहायची त्यातील पाणी चकचकीत, निळेशार होते. जांभळट, किरमिजी रंगाची कमळे तळ्यात डुलत होती. तळ्याकाठच्या गवतात पिवळीधम्म फुले फुलली होती. रंगांची ती उधळण पाहून अळी फार खिन्न झाली जगात एवढे रंग असताना आपल्या वाट्याला हा कळकट रंग आला म्हणून दुःखाने तिला भरून आले. कुणाशी बोलावे, हसावे वाटेना. केवढा अन्याय झालाय आपल्यावर. दुखऱ्या मनाने, मलूल चेहऱ्याने ती अश्रू ढाळत राहायची.

सुरुवातीला सगळ्यांना तिचे वाईट वाटायचे. बिचारी दुःखी आहे म्हणून प्रत्येक जण तिची समजूत काढायचा प्रयत्न करायचे. ती छोटेसे तोंड करून म्हणायची, 'हा घाणेरडा रंग, हे कुरूप जगणं माझ्याच नशिबाला का आलं ठाऊक नाही. किती दुर्दैवी मी! मला किनई काहीऽऽ करावं वाटत नाही. कुणाशी बोलावं वाटत नाही.' छोटे छोटे कीटक आनंदात उड्या मारत यायचे. थट्टामस्करी करायचे.

अळीला म्हणायचे, ‘बाई गं, का अशी उदास?’ तिच्याभोवती फेर धरायचे. गाणी गायचे. आपले बटबटीत डोळे मिटत अळी म्हणायची, ‘नाही ऐकवत ही आनंदाची गाणी. कसला जन्म दिलाय मला? ना रूप ना रंग!’

तिची रडकथा ऐकायला कीटक कशाला थांबतात? तिच्या रडण्याला सगळे जलचर कंटाळले. प्रवाह बदलून जाऊ लागले. पाण्यातल्या गोगलगायी, शंखातले-शिंपल्यातले किडे तिला पाहून कवचात शिरायचे. कासव मान कवचात ओढून घ्यायचे. खेकडे तिची टर उडवायचे. पण सतत तक्रार करत, आपल्यावर अन्याय झालाय याचे दु:ख करत राहणे अळीने काही सोडले नाही. रडताना तिच्या अंगावरची लव थरथरायची. हुंदके देऊन ती आपली दु:खात बुडून जायची. बदके तिची समजूत घालायची. ‘अगं, सगळ्याच अळ्यांना कोशात राहावं लागतं. त्यात बिघडलं कुठे! वाट पाहा. एके दिवशी तुझं रूप बदलून जाईल.’ आपल्या कोशामधून डोकं काढून अळी तुच्छतेने हसून म्हणायची, ‘माझा नाही बाई असल्या भाकडकथांवर विश्वास!’

एके दिवशी अळी एका वेलीवर चढत होती. हळूहळू मोठ्या कष्टाने ती शरीर पुढे ढकलत होती. पाणवेलीच्या लवचीक खोडावरून चढत ती अर्धीअधिक पाण्याबाहेर आली. तिच्या भोवतीचा कोश फाटत गेला. तिचे सुरेख पाखरात रूपांतर झाले. सोनेरी चमचमते पंख फडफडवून ते सुकवू लागले. समोरच्या पाण्यात अळीला स्वत:चे प्रतिबिंब दिसले. ती थक्क झाली. किती सुंदर रूप, चमकता रंग, सुंदर पंख. ती मोठ्याने स्वत:शीच म्हणाली, ‘‘कुठाय मी कुरूप अळी! मी तर आहे सुंदर पाखरू!’’

आपण प्रश्न, अडचण सोडविण्याचा आटोकाट प्रयत्न करत बसतो आणि प्रश्न सुटण्याऐवजी गुंता वाढत जातो. खूपदा थांबणे आणि वाट पाहणे शहाणपणाचे असते. त्यामुळे उत्तर सापडणे सोपे जाते.

संकल्प : मी धीराने वागण्याचा प्रयत्न करेन.

अंधारात कसा चढणार डोंगर?

तरुण शेतकरी डोंगरावरच्या देवाच्या दर्शनासाठी निघाला होता. डोंगर त्याच्या खेड्यापासून तसा फार लांब नव्हता. पण शेतीच्या कामांमुळे अनेक दिवस जाऊ जाऊ म्हणत जाणं काही झालं नव्हतं.

दिवसभराचं काम संपलं. त्याने भाकरीचं गाठोडं बांधून घेतलं. एका मित्राकडून कंदील उसना घेऊन निघाला डोंगराच्या दिशेने. रात्रीच गावाची सीमा ओलांडली. अमावस्येची रात्र, अगदी गडद अंधार होता. तो डोंगराच्या पायथ्याशी जाऊन थांबला. हातात कंदील होता खरा, पण त्याचा प्रकाश तो किती? जेमतेम दहा पावलं जाता येईल एवढाच! अशा परिस्थितीत तो मोठा डोंगर कसा बरं चढायचा? किऽर्रऽऽर्र अंधारात एवढासा कंदील घेऊन चढणं वेडेपणाचं होईल, असा त्याने विचार केला आणि मिणमिणणारा कंदील घेऊन उजाडायची वाट पाहत तो पायथ्याला बसून राहिला.

बसून कंटाळा आला तसा उशाला एक दगड घेऊन मुंडासं पांघरून आभाळातल्या चांदण्या पाहत तो पडून राहिला. तांबडं फुटायची वाट पाहू लागला. कुणाच्या तरी पावलांची चाहूल लागली तसा शेतकरी चटदिशी उठून बसला आणि अंधाराकडे

डोळे ताणून पाहू लागला. इतक्या अवेळी या आडवाटेला कोण बरं आलं? तेवढ्यात कानावर आवाज आला. 'राम राम पाव्हनं का असं निजलात?' म्हातारा आवाज होता. शेतकऱ्याने पाहिलं तो एक म्हातारा त्याच्याच दिशेने येत होता. त्याच्या हातात लहानसा कंदील होता. शेतकरी म्हणाला, "राम राम बाबा, उजाडायची वाट पाहतोय. म्हणजे डोंगर चढून दर्शनाला देवळात जाईन." म्हातारा हसला.

"अरे जर डोंगर चढायचं ठरवलं आहेस तर मग उजाडायची वाट का पाहतोस. कंदील तर आहे की तुझ्यापाशी. मग कशासाठी इथे पायथ्यालाच आडून बसला आहेस?"

"एवढ्या अंधारात कसा चढायचा डोंगर. काय वेड लागलंय का तुम्हाला आणि हा कंदील केवढासा! अहो, कसंबसं आठदहा पावलं पुढचं फक्त दिसतंय याच्या प्रकाशात." तरुण शेतकरी म्हणाला.

म्हातारा हसायला लागला आणि म्हणाला, "अरे तू पहिली दहा पावलं तरी टाक. जितकं तुला दिसेल तेवढा तरी पुढं जा. जसा चालायला लागशील तसं तुला पुढचं पुढचं दिसायला लागेल. फक्त एक पाऊल टाकण्याएवढा जरी प्रकाश असला तरी त्या एकेका पावलाने पृथ्वीला प्रदक्षिणा घालता येते."

म्हाताऱ्याचं बोलणं तरुण शेतकऱ्याला पटलं. तो उठला आणि चालायला लागला आणि कंदिलाच्या प्रकाशात सूर्योदयापूर्वी देवळात जाऊन पोचलासुद्धा!

वाट पाहत बसून कशाला राहायचं? जो थांबतो तो संपतो. जो चालतो तो ध्येय गाठतो, कारण चालणाऱ्यालाच पुढचा रस्ता दिसतो. लक्षात असू द्या की, किमान दहा पावलं चालण्याइतकं शहाणपण आणि प्रकाश प्रत्येकाजवळ असतो आणि तो पुरेसा असतो.

संकल्प : निमित्त सांगून, कारण काढून मी करायची गोष्ट पुढे ढकलणार नाही.

गणेश आणि जंगल

गणेश छोट्याशा गावात राहायचा. आई रखमा आणि वडील महादेव शेतावर मजुरी करायचे. गणेश शाळेत जायचा. रिकाम्या वेळात इकडेतिकडे हुंदडायचा. गावाशेजारी जंगल होते. गणेशला वाटले, आपण जंगलात जाऊ या. तेथे आपल्याला नवे मित्र खेळायला मिळतील.

गणेश जंगलात शिरला. जंगलाचा वेगळा वास त्याच्या नाकात शिरला. आजूबाजूला सारे कसे स्तब्ध उभे होते. दगडधोंडे, तळ्यातील पाणी, खडक, पाचोळा, सगळेच हालचाल न करता जागच्या जागी पडून होते. झाडेझुडपे, लतावेली गुपचूप उभे होते. उन्हामुळे जमीन उबदार लागत होती. झुडपामध्ये काहीतरी खसफस गणेशला ऐकू आली. गणेशला थोडी भीती वाटली. त्याने जोरात

ओरडून विचारले, “कोण आहे?” त्याहून जोरात डोंगरकपारीतून ध्वनी उमटला. गणेशला वाटले, नक्कीच कोणीतरी लपला आहे आणि आपला पाठलाग करतो आहे. दरोडेखोर... राक्षस... भूत... भुकेलेला जंगली माणूस... बाप रे! कोण बरे असेल? तो आधीच घाबरला होता. आवाज ऐकल्यावर त्याचे हातपाय कापायला लागले. छाती धडधडायला लागली. स्वतःला धीर देण्यासाठी सारे बळ गोळा करून तो त्या माणसाला म्हणाला, “घाबरतोयस का? ये समोर.” उलट प्रतिध्वनी उमटला, ‘घाबरतोयस का? ये समोर.’

सारी शक्ती एकवटून गणेश बेंबीच्या देठापासून ओरडला,

''मी तुला मारून टाकीन.''

पहाड आणि जंगलही जोरात ओरडले, 'मी तुला मारून टाकीन.' मग मात्र गणेश जीव खाऊन पळत सुटला, ते थेट घरापाशी धापा टाकत थांबला. घरी रखमा आणि महादेव काळजीतच होते की, पोरगं गेलं कुठे? गणेश कसाबसा घरी पोचला. धापा टाकत, रडत भेदरलेल्या चेहऱ्याने त्याने सारी हकिकत सांगितली. रखमा म्हणाली, ''भिऊ नकोस राजा. उद्या पुन्हा जंगलात जा आणि तुझ्या माणसाला मी सांगते तसं सांग. मी त्याला ओळखते. चांगला आहे तो.'' गणेश जंगलात त्याच ठिकाणी गेला. म्हणाला, ''अरेऽऽ माझ्या मित्रा...'' प्रतिध्वनी उमटला, 'अरे माझ्या मित्रा.' मैत्रिपूर्ण प्रतिसाद ऐकून गणेशला धीर आला. तो म्हणाला, ''मी तुझ्यावर प्रेम करतो.'' पहाड, जंगल, खडक, झाडे परत म्हणाली, 'मी तुझ्यावर प्रेम करतो.' गणेशला आनंद झाला. त्यानंतर तो जंगलात खूपदा येऊ लागला.

आपण दुसऱ्यांशी जसे वागतो, तसाच प्रतिसाद दुसऱ्या व्यक्तीकडून आपल्याला मिळतो. दुसऱ्याशी वाईट वागलो तर तोही तसाच वागतो, मग इतरांशी प्रेमाने का वागू नये?

संकल्प : मला ज्या व्यक्तीचा राग येतो किंवा जो मला आवडत नाही, अशा व्यक्तीशी मी आजपासून प्रेमाने बोलेन.

मुक्ताचे दुःख

फार दु:खी होऊन मुक्ता शाळेतून घरी आली. डोळे सुजले होते. चेहरा रडवेला. तिने घरात पाऊल टाकल्याटाकल्या बाबांनी विचारले, ''मुक्ताबाई, आज तुम्हाला 'नेचर वॉक'च्या कार्यक्रमाला न्यायचं कबूल केलं म्हणून ऑफिसमधून लवकर येऊन वाट बघत बसलोय. आईने शिरा केलाय. तो खा. कपडे बदला. तयार व्हा आणि चला.'' मुक्ताचे बाबांच्या बोलण्याकडे लक्षच नव्हते. दप्तर ठेवून चपला काढून ती खुर्चीवर बसली.

''काय गं? अशी का बसलीस? काही झालं का शाळेत आज?'' बाबांनी काळजीने विचारले. तसे इतका वेळ आवरून धरलेले रडू धो धो वाहू लागले.

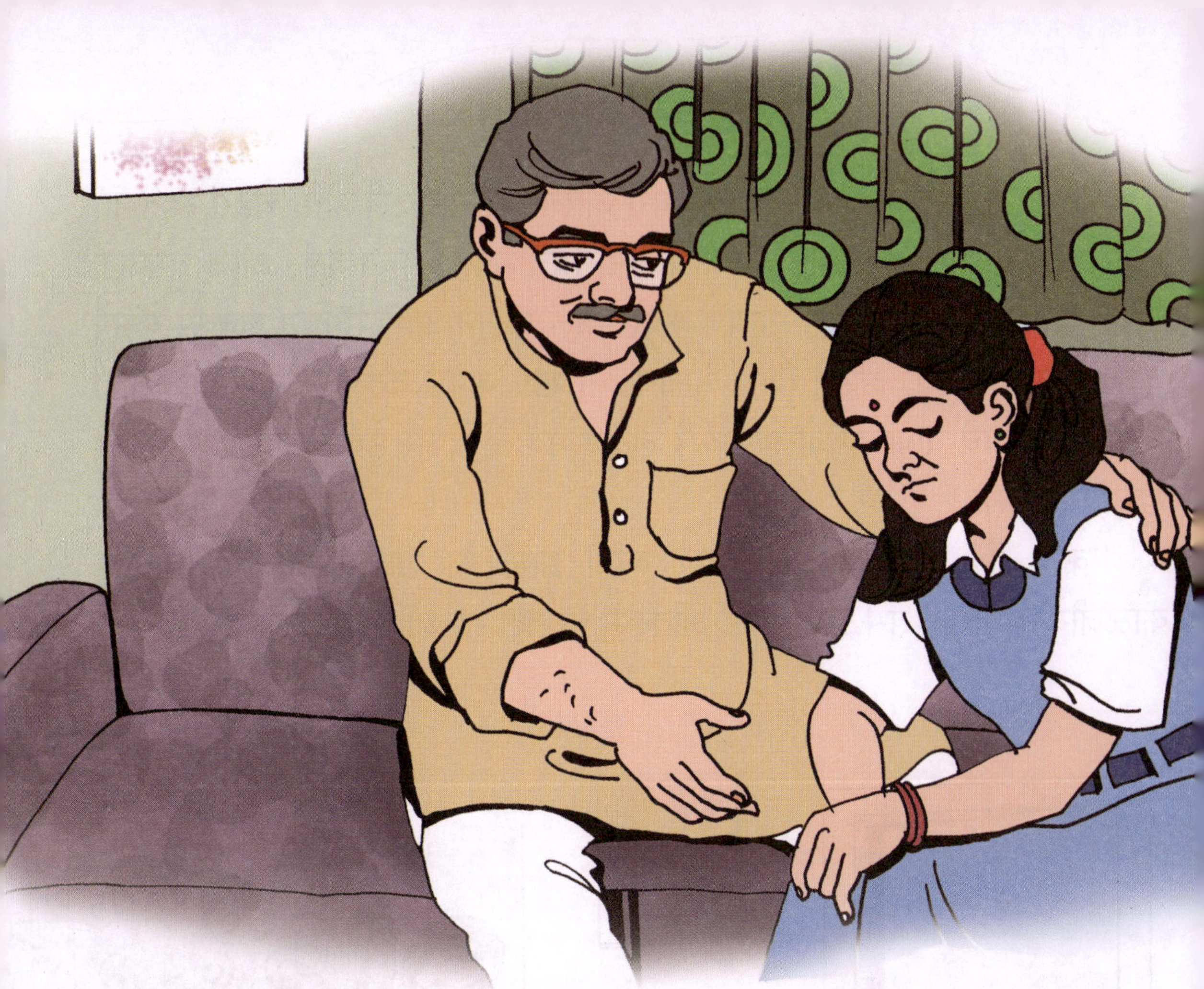

“अगं बाळे, काय झालं. रडू नकोस. पूस डोळे.” बाबा तिची समजूत काढायला लागले. बराच वेळ रडून झाल्यावर मुक्ता शांत झाली. बाबा तिच्याजवळ बसून होते.

मुक्ता म्हणाली, “बाबा, गार्गी माझी किती जवळची मैत्रीण आहे. पण आज फार दुष्टपणे वागली. मी वर्गात शिल्पाला एक विनोद सांगितला. आम्ही हसत होतो. बाईंनी काही पाहिलं नव्हतं. त्या फळ्यावर लिहीत होत्या. त्यांनी विचारलं, ‘कोण बोलत, हसत होतं?’ दुष्ट गार्गीने माझं नाव सांगितलं. मला मुख्याध्यापिकांकडे नेलं बाईंनी.”

झालेल्या अपमानाने, शिक्षेने आणि शरमेने पुन्हा मुक्ताला रडू कोसळले. “मी जन्मात तिच्याशी बोलणार नाही. तिचं तोंड पाहणार नाही...! मैत्रीण म्हटल्यावर असं

करतात का हो बाबा, तुम्हीच सांगा.'' मुक्ताला वाटले आपले हे डोंगराएवढे दुःख कधीच नाहीसे होणार नाही.

बाबांनी मुक्ताला शिरा मायक्रोवेव्हमध्ये गरम करून दिला. दूध दिले. मग ते शांतपणे म्हणाले, ''मुक्ताराणी, बाई शिकवत असताना आपण वर्गात गप्पा मारायच्या असतात का? आपण शिकण्यासाठी वर्गात बसतो ना? अशी रागावू नकोस गार्गीवर. ती तुझी चांगली मैत्रीण आहे. तू दुखावली गेलीस, तुला खूप संताप आला. मैत्रिणीने आपला विश्वासघात केला, असं तुला वाटणं स्वाभाविक आहे. पण आपलं काय चुकलं याचा विचार केलास तर तू गार्गीला नक्कीच माफ करशील आणि जिवाभावाच्या मैत्रिणीशी असलेली मैत्री तोडणार नाहीस. अगं! तिच्यावाचून तुला तरी करमेल का? हे बघ, माझ्याकडे एक जास्त तिकीट आहे. गार्गीला फोन कर. तिलाही घेऊन जाऊ कार्यक्रमाला!''

आपण दुखावले गेलो तरी दुसऱ्याचे चांगले चिंतणे ही माणुसकी आहे. तुम्ही हे करू शकलात तर प्रेमाचे आणि क्षमेचे महत्त्व तुम्हालाही कळेल. तुम्ही आनंदी व्हाल. तुमचा आत्मविश्वास वाढेल.

संकल्प : माझ्याशी वाईट वागलेल्या व्यक्तीला मी माफ करेन.

निर्णय घेताना...

नीलेश आणि रमेशची जोडी सगळ्या गंजआळीत प्रसिद्ध होती. दोघे एका वयाचे. खूप खेळायचे, खूप दंगामस्ती करायचे. कुठेही चढायचे. कधी झाडावर, तर कधी खांबावर. कधी त्यांच्या वाड्यातून शेजारच्या वाड्यात, तर कधी शेजारच्या वाड्यातून थेट जाधवांच्या बंगल्याच्या गच्चीत. दोघांच्या आया फार काळजी करायच्या या प्रतापी बाळांची! दोघे एकाच वाड्यात राहायचे. सगळ्यांची कामे करण्यात या दोघांचा हात धरणारे कुणी नव्हते. कुणीही हाका मारा, काम सांगा हे एका पायावर तयार. शेजारच्या वाड्यात एक आजी राहायच्या. त्यांची बँकेची कामे, विजेची बिले, त्यांना औषध आणून देणे नीलेश-रमेश मोठ्या प्रेमाने करायचे. आजीही तेवढ्याच प्रेमाने कोथिंबीर-वडी, लाडू, खीर करून त्यांची वाट पाहायची.

आजीच्या पलीकडे राहायच्या नीलमकाकू. त्यांचा गिरीश तीन वर्षांचा झाला आणि गिरीशचे बाबा छोट्या आजाराचे निमित्त होऊन देवाघरी गेले. पण गिरीशला नीलेश आणि रमेशच्या रूपाने दोन दादा मिळाले होते.

"गिरी झोपलाय, तोवर मी कोपऱ्यावरच्या बँकेत जाऊन येते. लक्ष राहू द्या रे," म्हणत नीलमकाकू घाईने निघून गेल्या. जाताना म्हणाल्या, "आजीही आज सप्ताहाला गेल्या आहेत. नाहीतर त्यांचं लक्ष असतं. म्हणून सांगतेय तुम्हाला. खेळायच्या नादात विसरू नका."

थोडा वेळ गेला आणि आजींच्या घरातून धूर यायला लागला. गर्दी जमून ओरडाओरड सुरू झाली. नीलेश, रमेश खेळ सोडून धावले. त्या मजल्यावर बाकी कोणी नव्हते, गिरीश एकटाच झोपला होता. वाड्यातले खालच्या मजल्यावरचे लोक सैरावैरा पळत होते. कोणीतरी अग्निशामक दलाला फोन लावला. गिरीश वरती असल्याचे इतर कोणालाच ठाऊक नव्हते. नीलेशला आठवले, आजी म्हणत होत्या, गॅसची नळी खराब झालीय. वायरिंगही जुनं झालंय. अरे बाप रे! वायर्समध्ये एखादा स्पार्क उडून गॅसने पेट घेतला असेल. सिलिंडर फुटला तर? शेजारच्या खोलीत

गिरीश आहे. नीलेशच्या व रमेशच्या काळजात लक्क झाले. दोघेही वाड्याकडे धावले, नेहमी जायचे तसे आंब्याच्या झाडावरून शेजारच्या वाड्यात पत्र्यावर गेले.

तिथून भिंतीच्या लाकडांना धरून गॅलरीच्या कठड्यावरून आत उतरले. गॅलरीत धूर भरला होता. गिरीशला रमेश म्हणाला, “पाठकुळी बसतोस?” घाबरलेला गिरीश रमेशला घट्ट धरून बसला. नीलेशच्या मदतीने गिरीशला सांभाळत रमेश खाली उतरला. समोरून रडत नीलमकाकू वाड्याकडे धावत येत होत्या. गिरीशने आई दिसल्यावर भोकाड पसरले. तोपर्यंत अग्निशामक दल पोचले होते. अनर्थ टळला.

निर्णय घेताना हृदयाचे ऐकायचे का डोक्याचे? भावनेचे का बुद्धीचे? महत्त्वाचे म्हणजे दोन्हींचा वापर करावा. काहींना वाटते, भावनेच्या आहारी जाऊन निर्णय घेणे चुकीचे. ते म्हणतील एवढे भावनाप्रधान असू नये. पण जीवनात भावनाही बुद्धीइतक्याच महत्त्वाच्या असतात.

संकल्प : मी माझ्या हृदयाचे आणि बुद्धीचे ऐकून निर्णय घेईन.

रिकामीच राहिली गाडी

सूर्य नुकताच वर आला होता. रुंद चेहऱ्याचा, धिप्पाड अंगाचा बलदेव आपली बैलगाडी घेऊन आनंदाने गाणे गात जंगलात लाकूडफाटा आणायला चालला होता. बैल वाट तुडवत होते. चाकांचा खडखडाट बलदेवच्या गाण्याला साथ करत होता.

पक्ष्यांचा नाजूक किलबिलाट बलदेवच्या गाण्यात मिसळला. तसे बैलांनी आणि बलदेवने ओळखले की, जंगल जवळ आले. एका जुनाट झाडाशी त्याने गाडी थांबविली. जवळ काही फांद्या पडल्या होत्या. झाडाला वाळवी लागली होती. ते कोसळून कधीतरी पडणार होते. बलदेवने विचार केला की, झाड तोडायला हरकत नाही. कुऱ्हाड काढून त्याने लाकडे तोडायला सुरुवात केली. छोटुकल्या खारी गोंडेदार शेपटी हलवत फांद्यांवरून धावपळ करू लागल्या. जंगलाची स्वप्नाळू

शांतता कुऱ्हाडीच्या आवाजाने तुटू लागली. उन्हे चढायला लागली. बलदेवने काम थांबविले. बरोबर आणलेली भाकरी-चटणी खाल्ली. पुन्हा तो लाकूड तोडण्याच्या उद्योगाला लागला. भरपूर लाकडे जमा झाली तशी त्याने पारंब्यांनी लाकडाच्या छोट्या-छोट्या मोळ्या बांधायला सुरुवात केली. संध्याकाळ झाली तरी बलदेव मन लावून मोळ्या बांधत होता. त्याच्या मानेवर, कपाळावर घामाचे थेंब तरारले. मोळ्या बांधून झाल्या. बलदेवने एक मोळी गाडीत फेकली. दुसरी फेकली. तिसरी फेकली. तो मोळ्या फेकत राहिला.

त्याने विचार केला, एका मोळीचे ओझे गाडी पेलते तर दुसरीचेही पेलेल. सगळ्या मोळ्या त्याने गाडीत भरल्या. गाडी इतकी गच्च भरली की, बिचाऱ्या बैलांना एक पाऊलही पुढे टाकता येईना. प्रयत्न करूनही गाडी जागची हलेना. बलदेव चिंतेत

पडला. जंगल अंधारू लागले होते. बलदेवने एक-एक मोळी उतरवून बाजूला टाकायला सुरुवात केली. तो मनाशी म्हणत राहिला, माझे बैल या मोळीचे ओझे ओढू शकत नाहीत, तर दुसरीचेही ओढू शकणार नाहीत. भरभरा एकामागून एक सगळ्या मोळ्या त्याने गाडीतून खाली टाकल्या. गाडी पूर्ण मोकळी झाली. अंधार पडला होता. चकचकीत चंद्र झरझर वर जात होता. बलदेव गाडीत चढला. त्याने कासरा ओढला आणि मोकळी गाडी घेऊन तो घरी परतला.

आपली कुवत ओळखून कुठे थांबायचे हे कळणे आवश्यक असते. सुरुवात करणे सोपे असते, पण नेमके कुठल्या क्षणी आणि कुठे थांबायचे हे विचारपूर्वक ठरविणे प्रत्येकाला आवश्यक आहे.

संकल्प : मी कुठल्याही गोष्टीचा अतिरेक कधीही करणार नाही. पूर्ण विचार करूनच प्रत्येक गोष्ट करेन.

शेखरची सायकल आणि नंदन

केस विंचरताना नंदनची नजर भिंतीवरच्या घड्याळाकडे गेली. शेखर यायची वेळ झालीच होती. सुटीचा दिवस असल्यामुळे टेकडीपाशी सायकलसाठी नुकत्याच झालेल्या गोलाकार रस्त्यावर सायकली घेऊन जायचे दोघांनी ठरविले होते. गेटपाशी ओळखीची घंटा वाजली. शेखर एक पाय जमिनीवर टेकवून ऐटीत सायकलवर बसला होता.

''माझी नवी सायकल. काल माझ्या वाढदिवसाला बाबांनी घेतली.'' शेखरने सांगितले. ती चकचकीत ऐटदार सायकल नंदन डोळे विस्फारून पाहत राहिला.

“फारच भारी आहे दोस्ता तुझी सायकल...” तो पुढे काही म्हणायच्या आत आई घाईने बाहेर येऊन म्हणाली, “नंदन, शेखरच्या आईचा फोन होता. आणखी एका तासाने त्याला डॉक्टरांकडे यायला सांगितलंय.”

दोघे टेकडीच्या सायकल रस्त्यावर पोचले. शेखरची सायकल फारच मस्त पळत होती. शिवाय तिला गिअरसुद्धा होते. सायकल चालविताना शेखरला काहीच श्रम येत नव्हते. नंदनला स्वत:च्या खटारा सायकलची लाज वाटायला लागली. ती सायकल चालविण्यातला सगळा उत्साहच गेला त्याचा. शेखर मात्र मस्त चकरा मारत होता. तेवढ्यात त्याची आई फाटकातून आत आली, हाक मारून म्हणाली, “शेखर, चल डॉक्टरांकडे. तुला यायचंय ना?”

“ए शेखर, तू परत येईपर्यंत मी चालवू तुझी सायकल?” नंदनने विचारले. “जपून चालवशील ना? बघ हं नाहीतर...” शेखरने बजावले आणि तो आईबरोबर

गेला. सुंदर निळ्याशार सायकलवर नंदन घंटी वाजवत चकरा मारू लागला. बाजूच्या पोरांचे लक्ष वेधण्यासाठी त्याने सायकलवर कसरतीही केल्या... आणि धाडकन सायकल थेट फाटकावर वेगात जाऊन आदळली. पोरे हसू लागली. नंदन गोरामोरा झाला. अंगावरची माती झटकत तो उठला. सायकल धापा टाकत पडली होती. चाक फिरत होते. नळावर पोचा आला होता. नंदन घाबरला. सायकल उभी करून तो स्वत:च्या सायकलवरून पडल्या चेहऱ्याने फेऱ्या मारू लागला.

थोड्या वेळाने शेखर परतला. सायकलची अवस्था बघून तो किंचाळला, "अरे काय झालं सायकलला?" नंदनने उत्तर दिले नाही. त्याचा दंड पकडून पुन्हा विचारल्यावर तो म्हणाला, "काही दांडग्या टारगट पोरांनी हा उद्योग केला आणि ते पळून गेले." नंदन खोटे बोलतोय हे शेखरला कळले. आपला मित्र आपल्याशी असे

खोटे वागतोय याचे त्याला वाईट वाटले. नंदनशी काही न बोलता दु:खी मनाने तो सायकल घेऊन निघाला. मैत्री तुटली आणि सायकलही खराब झाली म्हणून शेखर फार उदास झाला.

दुसऱ्याची वस्तू आपण हलगर्जीपणाने वापरतो. आपल्या वस्तूची जेवढी काळजी घेतो तेवढीच दुसऱ्याच्या वस्तूची घ्यायला हवी.

संकल्प : इतरांच्या वस्तू वापरताना मी काळजी घेईन.

वाचायला हवे

बाबांनी प्रथमेशला खूप पुस्तके आणून दिली होती. ते म्हणाले की, टीव्हीचे कार्यक्रम, डीव्हीडी आणि मोबाइल कानाला लावून बसणे म्हणजेच फक्त करमणूक नाही. पुस्तके वाच. पाहा! किती आनंद मिळतो त्यात! ही सुटी फक्त खेळण्यात घालविण्यापेक्षा वाचनातही घालवून बघ.

''बाबा, शाळेतली अभ्यासाची पुस्तकं वाचतोच की, आणखी कशाला वाचायची.''

''प्रथमेश कमी खर्चात भरपूर ज्ञान आणि करमणूक मिळवण्याचा उत्तम मार्ग म्हणजे पुस्तकं वाचणं! मनासारखा मित्र मिळतोच असं नाही. स्वतंत्रपणे विचार करायला शिकवणारे शिक्षण शाळेत मिळते किंवा मिळत नाही. अनेक प्रकारचे

अनुभव स्वतःला एका आयुष्यात घेता येत नाहीत. पण हे सारं काही पुस्तकं तुला देतील, मित्र होऊन गप्पा मारतील, गुरू होऊन शहाणपण देतील. वेगवेगळे अनुभव पुस्तकातून घरबसल्या मिळतील.''

बाबांचे म्हणणे प्रथमेशच्या फारसे लक्षात आले नाही, पण त्याने पुस्तके वाचायला सुरुवात केली. दुपारी भरउन्हात बाहेर न जाता पुस्तकातून त्याला साहसकथा वाचताना धाडस करायला मिळाले. शास्त्रज्ञांच्या कथा वाचताना तो थक्क झाला. एक पुस्तक होते 'थोर राष्ट्रपुरुष'. मनात आणले तर माणूस केवढे विलक्षण मोठे काम करू शकतो. सगळ्या संकटांना धीराने तोंड देऊ शकतो. भगतसिंग, लोकमान्य टिळक, सावरकर, सुभाषचंद्र बोस वाचताना त्याला भरून आले.

आपणही देशासाठी काम करायचे, त्याने ठरवून टाकले. हॅरी पॉटर, गलीव्हरच्या, सिंदबादच्या सफरींवर तो भयंकर खूश झाला. स्वप्नात तो हॅरी पॉटरच्या जादूच्या शाळेत जायचा, तर कधी सिंदबादबरोबर हिऱ्यामाणकांच्या प्रदेशात जायचा. जग पाहणे, निरनिराळ्या माणसांना भेटणे करायलाच पाहिजे, कारण जग चमत्कारपूर्ण आणि विलक्षण आहे असे त्याने ठरवून टाकले. त्याने डायरीत लिहिले, 'मी मोठा झालो की आयुष्यभर खूप प्रवास करणार आहे.' गोष्टींच्या पुस्तकांचा तर प्रथमेश तासा-दोन तासांत फडशा पाडायला लागला. बाबांचे बोलणे मग कुठे त्याला समजले. त्याला मित्र-मैत्रिणींची आठवण होत नव्हती की कार्टून नेटवर्क, ॲनिमल प्लॅनेट, डीव्हीडी आठवत नव्हते. पुस्तकांच्या जगातच राहायला त्याला आवडायला

लागले होते. एका संध्याकाळी आई मात्र वैतागली. "जेव्हा पाहावं तेव्हा पुस्तकात डोकं खुपसून कशाला रे बसतोस?" तिने दटावले. प्रथमेशला आश्चर्य वाटले. तो मनात म्हणाला, 'आता हिला काय सांगणार? केवढी धम्माल असते पुस्तकांमध्ये.'

वाचन हा एक उत्तम व्यायाम आहे, मनासाठी! त्यामुळे आपले अनुभवविश्व, कल्पनाशक्ती, शब्दसंपत्ती वाढते, स्वतंत्रपणे विचार करण्याची क्षमता येते.

संकल्प : मी आजपासून रोज काहीतरी वाचन करीन.